Swahili Medical Dictionary and Phrasebook

MJF Cooper

Second Edition

Acknowledgements

To Moses and Pippa

To my wife Sarah Anne Cooper

To my mother Margaret Elizabeth Cooper and my father John Eric Cooper

In memory of and with thanks to Sheikh Salim Massud Ali Riyami

With thanks to Baba Amos, Bibi Sai, Mr Tim Fison and Dr Roland Mathan

Contents

ACKNOWLEDGEMENTS 3

CONTENTS 4

INTRODUCTION 7

GRAMMAR 10

    NOUNS 10
    VERBS 11
    PLACE 12
    QUESTIONS 12
    PRONUNCIATION 13
    ANNOTATIONS AND ABBREVIATIONS 15

SOME ESSENTIAL EVERYDAY WORDS AND USEFUL PHRASES. 16

BASIC SWAHILI HEALTH WORDS 19

GREETINGS 22

    ISLAMIC AND CHRISTIAN GREETINGS AND PHRASES 25

INTRODUCING ONESELF 26

PERSONAL DETAILS 27

HOSPITAL AND CLINIC 29

MEDICAL EQUIPMENT 31

PRESENTING PROBLEMS 33

PAIN 36

PAST MEDICAL HISTORY 38

FAMILY HISTORY 39

DRUGS AND MEDICATION 40

TRAVEL HISTORY 46

CELLS AND PARASITES 47

PARTS OF THE BODY 48

DISEASES AND COMMON ILLNESSES 53

BODY FLUIDS 57

BLOOD 58

ACCIDENTS, INJURIES AND WOUNDS 60

AIDS AND HIV 63

FORMS OF PHYSICAL DISABILITY 65

CARDIOVASCULAR SYSTEM 66

DERMATOLOGY 67

EAR, NOSE AND THROAT 70

ENDOCRINE SYSTEM 72

GASTRO-INTESTINAL SYSTEM... 73

GENETIC DISEASE 75

GENITO-URINARY SYSTEM AND SEXUAL HEALTH 79

INFECTIOUS DISEASES 82

OBSTETRICS AND GYNAECOLOGY 85

    CONTRACEPTION 88
    INFERTILITY 89

MUSCULOSKELETAL SYSTEM 90

NEUROLOGICAL SYSTEM 92

OPHTHALMOLOGY 95

PAEDIATRICS 97

PSYCHIATRY/MENTAL HEALTH... 99

    SUBSTANCE ADDICTION 103

RESPIRATORY SYSTEM 105

SURGICAL TERMS 107

NURSING TERMS.. 110

DENTISTRY 111

EXAMINATION.. 112

INVESTIGATIONS, TESTS AND DIAGNOSIS....................... 114

TREATMENT.. 116

REASSURANCE AND ADVICE 119

DEATH 122

CHAPERONES, CONFIDENTIALITY, CONSENT AND DECISION
MAKING 124

REFUGEE HEALTHCARE **126**

TRADITIONAL TREATMENTS **128**

HUMAN HEALTH AND ANIMALS.. **129**

FOOD, WEIGHT AND HEALTH.. **131**

MEALTIMES 134

NUMBERS.. **134**

LANGUAGES **136**

OCCUPATIONS **137**

FAMILY RELATIONS **140**

MONEY **142**

TIME... **144**

DAYS OF THE WEEK.. 145
HOURS OF THE DAY 145
MUSLIM PRAYER TIMES.. 146

BIBLIOGRAPHY OF SWAHILI DICTIONARIES AND GRAMMARS
.... **147**

NOTES **149**

Introduction

This book is intended for doctors, nurses, students and other clinicians working with Swahili speakers. It will also be useful for expatriates living in East Africa. It is hoped that readers will find it helpful in articulating what they wish to express during consultations. It will also aid the learner by expanding their Swahili vocabulary. Relevant non-medical terms and examples of typical responses from patients have been included where possible. Some examples of less standard Swahili used in countries such as the eastern Democratic Republic of the Congo have been added.

Kiswahili is the lingua franca for most of Eastern Africa, in particular Tanzania, Kenya, Uganda, Burundi and eastern Congo. There are also significant numbers of speakers outside Africa, for example in Oman, South Africa and England. Swahili is a rich language that has incorporated words from a wide range of sources: Bantu languages, Arabic, English, Portuguese, Persian, German and French. It is a thriving, rapidly evolving language. For these reasons, the way it is used varies enormously according to whoever is speaking it. Particular words chosen may reflect the speaker's gender, age, mother tongue or religion. The expressions used in this book are based upon clinical consultations with Swahili speakers from different East African countries and of different ages and backgrounds. I have attempted to reflect this richness in this book.

I have intentionally included phrases for use with Muslim Swahili speakers. These are essential to effective communication and friendship in many parts of Africa. It is also particularly appropriate given Swahili's Islamic roots on the coast of East Africa and the rich vocabulary of everyday Swahili directly derived from Arabic.

Certain expressions can prove difficult to translate between English and Swahili. This book is intended to be a practical tool rather than a list of literal translations.   Where more than one translation is possible, I have endeavoured to put the most frequently used version first. Where necessary, I have verified translations using a range of dictionaries. These are acknowledged in the final chapter.   Some translations may inevitably not appeal to every speaker. This is most often because of diverse local usage of terms in Swahili. Nevertheless, I welcome your comments, suggestions and criticisms. Please email these to me.

This book has been repeatedly revised and expanded since it was first published privately in 2006. Most notably these changes have been undertaken since its favourable review in the Bulletin of Tanzanian Affairs and its submission to "Google Book Search".

I am deeply indebted to the individuals mentioned in the Acknowledgements; without their help I could not have completed this work.

Although there are others more qualified than me to write this book, in the current absence of any such resource, I hope that this offering will go some way to filling such an important gap.

MJF Cooper
BSc BM (Soton) MRCGP MPC (Glasgow) DTMH (London)
contact@medicalswahili.org.uk

Bora kinga kuliko tiba

Prevention is better than cure

Grammar

This is not intended to be a grammar textbook. That said, a basic understanding of certain aspects of the structure of Swahili is important in order to be able to apply its contents in different contexts.

Nouns

All Swahili nouns belong to a specific "noun class". The plural form of words changes according to the particular noun class that the word belongs to. I have elected to state the singular form of nouns and to include in brackets its plural form only if it differs from the singular. Rarely used plurals have not been included, even though they may exist.

In the example below the plural of kitabu (book) is vitabu (books) as the noun belongs to the "Ki-Vi class". The plural of meza (table) remains meza (tables) as it belongs to a different grouping, namely the "N class". Examples from other main noun classes are shown below:

Book(s)   =   Kitabu (Vitabu)
Table(s)   =   Meza
Key(s)   =   Ufunguo (Funguo)
Worker(s)   =   Mfanyakazi (Wafanyakazi)
Problem(s)   =   Tatizo (Matatizo)
Tree(s)   =   Mti (Miti)

The plural of certain nouns may be used differently by some Swahili speakers, that is to say they are treated as belonging to different noun classes. For example, some Swahili speakers leave the words "gari" ("car") and "dawa" ("medicine") unchanged in their plural, whilst others place the prefix "ma-" beforehand when referring to more than one: "magari" ("cars") and "madawa" ("medicines"). In this book both forms have been used.

Verbs

In this book, infinitives of verbs are translated into their Swahili equivalent. For example, to speak is kusema. In order to turn this into the first person (i.e. I) the ku- at the start is replaced by ni-. The following rules apply in this case:

I	=	Ni-
You (Singular)	=	U-
You (Plural)	=	M-
S/he	=	A-
We	=	Tu-
They	=	Wa-

This is then followed by the tense as follows:

Past tense ("did")	=	-li-
Past tense ("have")	=	-me-
Present tense	=	-na-
Future tense	=	-ta-
Conditional tense ("would")	=	-nge-

As a result, the following constructions are easily formed:

I will speak	=	Nitasema
They ran	=	Walikimbia
We would play	=	Tungecheza
S/he is helping	=	Anasaidia

Place

The suffix "–ni" can be added to the end of Swahili nouns that relate to places (e.g. rooms or buildings) to indicate "within" or "in". For example, see below:

Room	=	Chumba
Inside the room	=	Chumbani
Book	=	Kitabu
Inside the book	=	Kitabuni
Box	=	Sanduku
Inside the box	=	Sandukuni

When attached to the end of certain forms of verbs, the suffix –ni can also indicate plural

Go! (to one person)	=	Nenda!
Go! (to more than one)	=	Nendeni!

Questions

It should be noted that the word "je" can be added to either the beginning or end of a sentence in order to emphasize that an answer is being sought. For example, the expression "unaitwa" ("you are called") can thus be turned into a question: "unaitwaje?" ("how are you called?"). The "je" may also be placed at the beginning of the sentence in order to forewarn the listener that an answer is sought. For example, "yupo" ("s/he is there") can be turned into a question by placing "je" before it: "je, yupo?" ("Is s/he there?").

Further details can be found in any Swahili grammar book (see final chapter).

Pronunciation

Swahili is a phonetic language. That is to say that words are pronounced as they are written and vice versa. Although originally written in Arabic script, Swahili now uses ordinary Latin characters. The way in which some of these sounds are pronounced differs, however, from English. Certain sounds that are represented in English by various characters are simplified in Swahili to single characters. For example, in English the sound at the beginning of the following words "**ch**aracter", "**c**apable", and "**k**it" are all simply represented by the letter "k" in Swahili.

There are no silent vowels in Swahili. Therefore, when there is an "e" at the end of a word it is indeed pronounced, for example: "twend**e**" ("let's go").

Unlike English, Swahili contains almost no diphthongs. Diphthongs are two vowel sounds that are present next to each other. Although not necessarily represented in English spelling, these diphthong sounds have been incorporated into certain Swahili spellings, usually for words of English origin. For example, Swahili speakers may spell the English name "Simon" as "Saimon". It should also be noted that the word "je" (used to turn a statement into a question) is pronounced as "djyay".

Emphasis in Swahili is almost invariably placed on the penultimate syllable of the word. For example: "sindano" is pronounced "sind__a__no". This rule is very occasionally changed with words of foreign origin or to differentiate between identically spelt words of different meaning. For example, "barab__a__ra" means "road", but "bar__a__bara" is an adjective that means "properly" or "perfectly".

Swahili speakers often add an "i" sound to nouns. For example the English word "bus" becomes "busi". The English name Simon may therefore be pronounced "Saimoni".

In Rwanda, Burundi and Eastern Congo, the "i" sound is also added to French nouns. For example, Swahili speakers there say "chemisi" (pronounced "shemizi") for "shirt" and "pantaloni" for "trousers". Such speakers are less likely to know alternatives based upon Arabic (e.g. "suruali" for "trousers") or English (e.g. "shirti"). Confusion may arise with certain words. For example, the term "magazini" in the French speaking countries listed above would mean "shop" but in anglophone East Africa would mean a "magazine".

Questions in Swahili are often marked by a distinctive rise and fall of the pitch of voice.

When a suffix is added to the end of a word (for example, "-ni") the emphasis is moved to the new penultimate symbol, for example kichwa (head) becomes kichwani ("inside the head").

Swahili contains an unusual sound " ng' " as in ng'ombe (cattle). The apostrophe after the g distinguishes it from the "ng" sound, which is much closer to the English pronunciation. The " ng' "sound is nasalised and produced by placing the blade of tongue on the posterior of the hard palate. Any native Swahili speaker will relish in illustrating this distinctive sound and in the difficulties faced by English speakers in trying to reproduce it accurately!

Annotations and Abbreviations

The following annotations and abbreviations have been used in order to specify characteristics of words.

Adj.	=	Adjective
Lit.	=	Literally
Noun	=	Noun
Sing.	=	Singular
Plural	=	Plural

It should be noted that common plurals of nouns are included in brackets following the singular form.

Although every attempt has been made to ensure the accuracy of translations included in this text, no responsibility can be accepted for misunderstanding as a result of use of this book.

Some Essential Everyday Words and Useful Phrases

Many adjectives used in this book change according to noun class. For example the word "-baya" (bad) may change as follows: if it relates to one bad person it becomes "mbaya", bad people "wabaya", a bad orange "baya", bad oranges "mabaya" etc.

Bad	=	Mbaya
But	=	Lakini
Benefit	=	Faida
Danger	=	Hatari
First	=	Kwanza
Forbidden	=	Marafuku
Good	=	Nzuri
Help	=	Msaada
How? ("in what way")	=	Vipi?
Idea	=	Wazo (Mawazo)
		Fikra
		Dhana
If	=	Kama
		Ikiwa
		Endapo
In (place)	=	Katika
		Kwenye
Is/are	=	Ni

("is" is not always required in Swahili to form a sentence, its presence often being assumed)

Important	=	Muhimu
Left (side)	=	Kushoto

Letter	=	Barua
		Waraka (Nyaraka)
Like (i.e. similar)	=	Kama
Message	=	Ujumbe
No	=	La
		Hapana (Lit. "there is not")
		Siyo (Lit. "it is not")
Perhaps	=	Labda
		Huenda
Paper	=	Karatasi (Makaratasi)
		Ukurasa (Kurasa)
Pen	=	Kalamu
Please	=	Tafadhali
		Kwa hisani yako

The term "please" is used differently in Swahili from English. In Swahili it is used less frequently and is often replaced by other polite terms, most notaby "naomba" ("I beg"). The term "kwa hisani yako" literally means "by your kindness" and is very formal.

Refuse, to	=	Kukataa
		Kususa
Responsibiliy	=	Majukumu
		Wajibu
Right (side)	=	Kulia
Since (a point in time)	=	Tangu
Sometimes	=	Mara kwa mara
Thank you	=	Asante
		Shukran

Table	=	Meza
"Thingamejig"	=	Dude
		Kidude (Vidude)

Until	=	Mpaka
		Hadi
Usually	=	Kwa kawaida
		Huwa
		Aghalabu
		Kama kawaida (Lit. "as usual")

Very	=	Sana
		Mno
Wait!	=	Subiri!
		Ngoja!
Where?	=	Wapi?
		Mahali gani?
Yes	=	Naam
		Ndiyo (Lit. "it is so")

I want	=	Naomba
		(polite, Lit. "I beg")
		Nataka (can be abrupt)

It means…	=	Ina maana…
		Inamaanisha…
		Yaani ("that is to say…")

I have understood	=	Nimeelewa
		Nimefahamu

I have not yet understood	=	Sijaelewa
		Bado sijaelewa

S/he has agreed	=	Amekubali

S/he has not yet agreed	=	Hajakubali

For what reason?	=	Kwa sababu gani?
		Kwa faida gani? (Lit. "for what advantage?")

Basic Swahili Health Words

Against	=	Dhidi ya…(e.g. against Malaria)
Alive (Adj.)	=	Hai
Alleviate, to	=	Kutuliza
		Kupunguza maumivu
Appointment	=	Miyadi
Calm, to	=	Kutuliza
Comfort	=	Faraja
Comfort, to	=	Kufariji
Cope, to	=	Kujimudu
Curable, to be	=	Kuponyeka
Cure, to	=	Kuponya
		Kuponyesha
Decrease, to	=	Kupungua
Decrease, to cause to	=	Kupunguza
Department of Health	=	Idara ya Afya
Diagnose, to	=	Kuchunguza ugonjwa
		Kutafuta ugonjwa
		Kutambua maradhi
Disease	=	Ugonjwa (Magonjwa)
Emergency	=	Dharura
		Hali ya hatari
Feel, to	=	Kusikia
		Kujisikia
		Kuhisi
		Kuona (Lit. "to see")
Fever	=	Homa
First aid	=	Huduma ya kwanza
Harm	=	Dhara (Madhara)
Health	=	Afya
Health Authority	=	Mamlaka ya Afya

Healthy person	=	Mwenye afya nzuri
Help	=	Msaada
Home visit	=	Huduma ya nyumbani
		(Lit. "home service")
Ill, to be	=	Kuugua
Ill person	=	Mgonjwa (Wagonjwa)
		Mwenye afya mbaya
Improve, to	=	Kupata nafuu
Increase	=	Kuongeza
		Kupanda
		Kuzidi
Inform, to	=	Kuarifu
		Kujulisha
		Kuhabarisha
Interview, to	=	Kuhoji
Need, to	=	Kuhitaji
Need(s)	=	Mahitaji
		Haja (see end of section)
Optimise, to	=	Kuboresha
Pain	=	Maumivu
		Uchungu
Pain, very severe	=	Maumivu makali sana
Pain, lots of	=	Maumivu mengi sana
Patient(s)	=	Mgonjwa (Wagonjwa)
		(Lit. "ill person")
Poverty	=	Umaskini
Prevent	=	Kuzuia
Recover, to	=	Kupona
Relative	=	Ndugu
Relative, blood	=	Ndugu wa damu
Relief	=	Nafuu
		Faraja
Relief, to feel	=	Kuona nafuu
		Kupata nafuu

Strength	=	Nguvu
Strengthen, to	=	Kutia nguvu
		Kuongeza nguvu
Thirst	=	Kiu
Throb/ pulsate, to	=	Kupuma
Weak (Adj.)	=	Dhaifu
Weak, to be	=	Kudhoofika
Weaken, to	=	Kudhoofisha (i.e. to make weak)

Weight, to lose	=	Kukonda

(See also section on Food, Weight and Health)

Nataka kuenda haja	=	I want to go to the toilet

Greetings

Greeting (including lengthy handshakes and mutual thumb pressing) is a very important aspect of life in East Africa. Questions about the individual and their family will usually be asked. Normally these questions are responded to positively, for example saying "good" (nzuri). If there is a problem, the answer may be altered to "nzuri kidogo" or "sijambo kidogo".

Good morning   =   Habari za asubuhi?
Good afternoon   =   Habari za mchana?
Good evening   =   Habari za jioni?
Good night   =   Habari za usiku?

Good night (i.e. sleep well)   =   Lala salama
                                       Lala unono

How are you?=   Umzima (Sing.)?
                 Habari yako?
                 Uhali gani wewe?
                 Unaendeleaje?
                 Hujambo? (Sing.)
                 Hamjambo? (Plural)
                 Jambo?
                 Mambo? (informal, in Tanzania)
                 Mambo vipi?

I am all right =   Sijambo
                     Sina Jambo
                     Nzuri
          Safi (informal, in Tanzania; Lit. "clean")
                 Jambo sana (Eastern Congo)

I have no problem   =   Sina neno
                          Sina shida
                          Sina tatizo

There is no problem	=	Hamna tatizo
		Hamna shida
		Hamna neno
		Hamna tabu
		Hakuna matata (Kenya)

I am not too bad	=	Sijambojambo
		Sijambo kidogo

I am getting used to it	=	Ninazoea
		Ninazoeazoea

Welcome = Karibu
Karibuni (to more than one person)

What news?	=	Habari?
		Habari gani?
		Habarini? (Plural)
		Habari za siku nyingi

(for someone you have not seen for a long time)

How is home? = Habari za nyumbani?

How is your family?	=	Familia hawajambo?
		Famila wote wazima?

Bye = Kwa heri
See you again = Tutaonana
(Lit. "we shall see each other")

Byebye and see you again =
Kwa heri na ya kuonana

Get well soon!	=	Ugua pole!
		Upatc nafuu!
		Nakutakia kila la heri

Sorry (i.e.for my mistake)	=	Samahani
		Niwie radhi

Sorry (i.e. to acknowledge suffering)   =
                        Pole (to one person)
                        Poleni (to more than one person)
                        Pole sana ("very sorry")

Who are you?   =   Wewe ni nani?

Sit here   =   Karibu kiti
                                Keti hapa
                                Kaa hapa

                                Karibuni viti
                                (to more than one person)

The word "hodi" is used before entering a door or someone else's space. It may be used repeatedly. The normal reply is "karibu" or "karibuni" (welcome).

When greeting an elderly person especially if someone of higher social status the term "shikamoo" is often used. This is a sign of great respect. The normal response is "marahaba".

Islamic and Christian Greetings and Phrases

See also Section on Muslim Prayer Times

Asalama alekum	=	Peace be upon you
Alekum salaam	=	Upon you be peace (response to Asalama lekum)

Inshallah	=	God willing
Alhamdulilah	=	Thanks be to God
Masalaam	=	Farewell
Sabalkheri	=	Good morning
Masalkheri	=	Good evening

Please note the following Christian forms:

God willing	=	Mungu akipenda
We thank God	=	Tunamshukuru Mungu

Introducing Oneself

Let me introduce myself   =
Napenda nijijulishe kwako (to one person)
Napenda nijijulishe kwenu (many people)
Nataka nijitambulishe

Me	=	Mimi
You	=	Wewe
You (Plural)	=	Nyinyi
He or She	=	Yeye
Us	=	Sisi
They	=	Wao
My name is	=	Jina langu ni….
		Naitwa….
I am doctor…	=	Mimi Daktari….
I am nurse…	=	Mimi Mwuguzi …
I am an administrator	=	Mimi karani
I am studying medicine	=	Ninasoma udaktari
I am a medical student	=	

Mimi ni daktari mwanafunzi

Field of interest	=	Fani

Ujuzi (Lit. "possession of knowledge")

In order to avoid confusion it is sometimes important to explain what you are NOT:

I am not a doctor	=	Mimi si daktari
S/he is not a specialist	=	Yeye si mtalaamu

Law is not my speciality   =
Mambo ya sheria siyo fani yangu
Sina ujuzi katika sheria

I am not involved in legal matters =
Mambo ya sheria mimi simo

Personal Details

Address	=	Anwani
Age	=	Umri
Telephone	=	Simu
Telephone, to	=	Kupiga simu
Telephone number	=	Namba ya simu
		Nambari ya simu
Tribe	=	Kabila (Makabila)
Where were you born	=	Ulizaliwa wapi?
Where are you from	=	Unatoka wapi?
Where do you live	=	Unaishi wapi?
		Unakaa wapi?
Which country are you from?	=	Unatoka nchi gani?
May I have your address	=	Naomba anywani yako
What is your name	=	Unaitwa nani?
		Unaitwaje?
		Jina lako nani?
How old are you?	=	Una umri gani?
		Una miaka mingapi?

Which year were you born?   =
Ulizaliwa mwaka gani?

I would like your date of birth   =
Naomba tarehe ulipozaliwa

Write your name here   =   Andika jina lako hapa

When were you born?   =   Ulizaliwa tarehe gani?

How many children do you have? =
Una watoto wangapi?

A man or a woman?   =
Je, ni mwanaume au ni mwanamke?

Hospital and Clinic

Accommodation	=	Malazi
Ambulance	=	Gari la kubebea wagonjwa
Appointment	=	Miyadi
Bed	=	Kitanda (Vitanda)
Bath	=	Bafu
Chair	=	Kiti (Viti)
Chimney	=	Bomba la moshi
Clean floor, to	=	Kupiga deki
Clinic	=	Zahanati
Cooking Stone	=	Figa (Mafiga)
Electricity	=	Umeme (Tanzania)
		Stima (Kenya)
Fire	=	Moto (Mioto)
Floor	=	Sakafu

Health check	=	Ukaguzi wa afya

(A literal translation – some people may just say "check up" as in English)

Hospital	=	Hospitali
Kitchen or stove	=	Jiko (Majiko)

Knock on a door, to =		Kupiga mlangoni
		Kupiga hodi (See "Greetings")

Laboratory	=	Maabara
Lamp	=	Taa
Light (of sun)	=	Mwanga (wa jua)
Mosquito net	=	Chandarua
Paper	=	Karatasi (Makaratasi)
		Ukurasa (Kurasa)

Patient ("sick person")	=	Mgonjwa (Wagonjwa)
Pipe	=	Bomba
Pipe, water	=	Bomba la maji

Pharmacy store = Duka la dawa (Maduka ya dawa)
Farmacia

Pot (for cooking) = Sufuria
Chungu (Vyungu)

Prescription = Cheti cha daktari
Karatasi la dawa
Amri za daktari (Lit. "doctor's orders")

Register, to = Kusajili
Kuandikisha
Kujiandikisha

Register oneself, to = Kujiandikisha
Regulations = Kanuni
Resting room = Darasa ya mapumziko
Room = Chumba (Vyumba)
Shift (work) = Zamu
Spoon (small) = Kijiko (Vijiko)
Spoon (very large) = Mwiko (Miiko)
Toilet (bathroom) = Choo (Vyoo)
Msala (Misala)
Water = Maji
Water, drinking = Maji ya kunywa

They carried me into the hospital =
Walinibeba hospitalini

Knock before entering =
Gonga mlangoni kabla ya kuingia

S/he is in the bathroom = Yuko msalani

Night shift = Zamu ya usiku

Knock on the door before entering =
Gonga mlangoni kabla ya kuingia

Medical Equipment

Bottle	=	Chupa
Bowl	=	Bakuli
Bowl, small	=	Kibakuli (Vibakuli)
Inject, to	=	Kupiga sindano
		Kudunga sindano
Key	=	Ufunguo (Funguo)
Model (example)	=	Kielelezo (Vielelezo)
Monitoring equipment	=	Zana za upimaji
Microscope	=	Darubini
Needle	=	Sindano
Test (Noun)	=	Kipimo (Vipimo)
Scales	=	Mizani
Soap	=	Sabuni
Spoon	=	Kijiko (Vijiko)
Syringe	=	Kibomba (Vibomba)
Mosquito net	=	Chandarua
Mattress	=	Godoro (Magodoro)
Crutch	=	Gongo (Magongo)
		Mkongojo (Mikongojo)
Sharp things	=	Vitu vyenye ncha
Sharp, to be	=	Kuchongoka
Sharpen, to	=	Kuchonga

If you put your clothes out to dry in the sun, you must iron them afterwards =
Kama unaanika nguo zako kwenye jua, zikikauka unapaswa uzipige pasi

Medicine for mosquito nets in order to protect oneself from
mosquitoes   =
Dawa ya chandarua ya kujikinga na mbu

Have you set up your mosquito net?   =
Umekwishaweka chandarua chako?

Do you have a mosquito net?   =
Je, chandarua unacho?

Presenting Problems

Why have you come here today? =
Una shida gani leo? (Lit. "what problem have you today?")

Do you have any other problems? =
Una matatizo mengine zaidi?

Are you normally well? =
Kwa kawaida, una afya nzuri?

What did you think was the cause of your problem? =
Wewe, unafikiri ipi ni sababu ya matatizo ya afya yako?
Kipi kilikuwa akilini mwako juu ya chanzo cha matatizo yako ya afya?

For how many days have you been unwell =
Siku ngapi unaumwa?

For how long = Kwa muda gani?

How long have you had this for? =
Je, umekuwa nayo kwa muda gani?

Did his problem start recently? =
Amepata shida yake hivi karibuni?

When did this problem start? =
Shida hii ilianza lini?

When was the last time this problem happened? =
Lini mara ya mwisho kupata shida hiyo?
Je, shida hii ilitokea mara ya mwisho lini?

Shall we say that (it happened) during the last month? =
Tuseme mwezi uliopita?

What medicine have you already tried?   =
Umekwisha jaribu dawa gani?

Have you had a fever?   =   Je, umepata homa?

Have you vomited?   =   Je, umetapika?

Have you vomited blood?   =   Je, umetapika damu?

Do you have diarrhoea?   =   Je, unahara?
                                       Je, unaharisha?

Do you sweat a lot at night?   =
Je, usiku unatoa jasho sana?

Where are you hurting?   =   Unaumwa nini?
                                      Unaunmwa wapi?

Regarding your health problem...   =
Kuhusu tatizo lako la kiafya...

Have you ever had this problem elsewhere?   =
Umewahi kuumia hivyo sehemu nyingine?

Have you ever had it before?   =
Je, umeisha kuwa na tatizo hili?

Before this, had you had anything like this?   =
Kabla ya hapo, ulikwishawahi kuwa na tatizo kama hili?

When did he first show signs of a this problem?=
Alianza lini mwanzoni dalili ya shida hii?

When did the signs of this problem first appear?=
Dalili ya shida hii ilianza lini kujitokeza?

How many times has it happened? =Imetokea mara ngapi?

How does this manifest itself?   =
Dalili gani unaweza kuona?

Has his state changed?   =   Je, hali yake imebadilika?

I have no strength   =   Sina nguvu

I am not happy   =   Sina raha

I am not in a good state   =   Sina hali nzuri
Hali yangu si nzuri

I am in a very bad way   =   Niko taabani

I have a bad fever   =   Nimeshikwa na homa kali

Pain

Sharp pain = Kichomi (Vichomi)
Maumivu ya kuchoma

Describe your pains to me? = Nieleze maumivu yako?

Is it a burning pain? = Je maumivu ni ya kuchoma?
Je ni maumivu ya kuungua?

It is a smarting pain = Inachonyota

Does this pain radiate anywhere else in your body? =
Je, maumivu haya yanasambaa sehemu nyingine ya mwili?

Is the pain present all the time? =
Je, maumivu haya yanakuwepo muda wote?

How many times a day do you have this pain? =
Unapata maumivu haya mara ngapi kwa siku?

It must be painful for you =
Ninaona mateso yako (Lit. "I can see your tortures")
Ninahisi unavyoteseka

Mine is not ordinary pain =
Maumivu yangu siyo ya kawaida

Does anything make it worse? =
Je, kuna kitu kinachangia kufanya tatizo liwe kubwa zaidi?

Does anything make it better? =
Je, kuna kitu kinachokupa nafuu?

Does your pain stop you from sleeping? =
Je, maumivu yako yanakuzuia kupata usingizi?

I will give you medicine to reduce your pains   =
Nitakupa dawa ili kupunguza maumivu yako

Do you not get some relief from your pains?   =
Maumivu yako hayatulii?

Do your pains calm down?   =
Je, maumivu yako yanatulia?

Past Medical History

Are you normally well?　　=　　Afya yako huwa ni nzuri?

Have you ever been seriously unwell?　=
Je, umekwishawahi kuugua magonjwa (maradhi) yoyote
ukawa mahututi

Please tell me the diseases that you have suffered from in
the past　　　　　　　　　　　　=
Tafadhali niambie magonjwa ambayo umewahi kuugua
siku za nyuma

Have you ever had TB?　　　　　=
Je, umewahi kuumwa kifua kikuu?

From time to time I am a bit unwell　　=
Ninauguaugua

How did it happen?　　　　　　=　　Imekuwaje?

S/he is frequently troubled by the flu　=
Anasumbuliwa sana na mafua
Mafua yanamwandama sana

Family History

Are your parents still alive? =   Wazazi wako wako hai?

Do you have any brothers or sisters?   =
Una kaka au dada?

Do any relatives at home have this problem?   =
Kuna ndugu zako wenye tatizo hili nymbani?
Kuna mwingine mwenye shida hii nyumbani?

My mother is very ill   =
Mama yangu ni mgonjwa sana

Which relative?   =   Ndugu gani?

A "blood" relative? =   Je, ndugu ya damu?

Drugs and Medication

Analgesic	=	Dawa ya kupunguza maumivu
Antibiotic	=	Dawa ya kuua vijidudu
Aphrodisiac	=	Dawa ya mapenzi
Coma	=	Usingizi mzito sana
Daily	=	Kila siku
Dissolve	=	See Melt
Drop(s)	=	Tone (Matone)
Heal, to	=	Kuponya
		Kuponyesha
		Kuganga
Inhaled medicine	=	Dawa ya kupuliza
Liquid medicine	=	Dawa ya majimaji
		Dawa ya kunywa
Melt, to cause to	=	Kuyeyusha
Melted, to be	=	Kuyeyuka
Mix, to	=	Kuchanganya
Mixture	=	Mchanganyiko (Michanganyiko)
Needle	=	Sindano
Pharmacy shop	=	Duka la dawa
		Farmacia
Powder	=	Unga (Lit. "flour")
Recover, to	=	Kupona
Rub, to rub in medicine	=	Kuchua dawa
Slit, in tablet	=	Ufa (Nyufa)
Spray, to	=	Kupuliza
Stir, to	=	Kukoroga

Side effects	=	Athari zisizotakiwa
		Athari za kando
		Madhara ya kando

Sleeping medicine	=	Dawa ya usingizi
Strong medicine	=	Dawa ya nguvu
Swallow, to	=	Kumeza

| Tablet | = | Kidonge (Vidonge) |
| | | Tembe |

| Treat, to | = | Kutibu |
| | | Kuagua |

Treatment	=	Matibabu
		Tiba
		Utibabu

Vomit, to	=	Kutapika
Water	=	Maji
Water, cold	=	Maji baridi
Weekly	=	Kila wiki

Are you allergic to any drugs? =
Je, kuna dawa yeyote ambayo hupatani nayo?
Je, kuna dawa ambazo ukizitumia zinakuletea madhara?

Traditional Medicines = Madawa ya kienyeji
Madawa miti shamba

Do these medicines cause you any problems? =
Dawa hizi zinakuletea shida?

Are you taking any medicine? = Unachukua dawa?

Do your medicines help? = Dawa zako zinasaidia?

Do they cause you any problems? =
Zinakuletea madhara?

Are you experiencing too much drowsiness?   =
Unazidiwa na usingizi?

Are you willing to keep taking these medicines?   =
Je, unakubali kuendelea na dawa hizi?
Je, unaona vizuri kuendelea na dawa hizi?

Where did you get those medicines from?   =
Zile dawa umepata wapi?

If s/he does not use their medicine the problem will happen
again   =
Asipotumia dawa yake shida itarudi tena

It is for the rest of your life   =
Ni kwa ajili ya maisha yako yote
Bora kutumia maishani mwote

This is not a medicine that will work immediately   =
Siyo dawa ya kuponya leo mara moja au hata kesho

Do they make him/her as though s/he is drunk?   =
Zinamlewesha?

The drowsiness will wear off   =
Usingizi utaanza kuisha

This slight tiredness will decrease slowly   =
Uchovu utapungua polepole
Kuchokachoka kutapungua polepole

That is to say five days in a row   =
Maana siku tano mfululizo

We do not issue medicines here =   Hatutoi dawa hapa

Medicine against malaria   =   Dawa dhidi ya malaria

Sedating medicine   =   Dawa ya usingizi

Paracetamol is used to treat pain and to reduce fever =
Paracetamol hutumika kutibu maumivu na kupunguza
homa

If you follow the advice given here about its use, this is a
very safe drug=
Ukifuata masharti ya matumizi yake kama inavyoelezwa
hapa, hii ndiyo dawa ambayo ni salama sana

Do not take more than the following   =
Usitumie zaidi ya maelekezo yanayofuata…

If you get any skin rash after taking it, tell your doctor
before taking more =
Ukipatwa na madoa mapya kwenye ngozi yako baada ya
kuitumia, mjulishe daktari wako kabla ya kuitumia tena

Every tablet contains 500 of Paracetamol   =
Kila kidonge kimoja kina kiasi cha mia tano za paracetamol

Adults can take two tablets (that is 1000) at one time =
Watu wazima wanaweza kutumia vidonge viwili (yaani elfu
moja) kwa mara moja

After taking two tablets you must wait for four to six hours
before taking another two =
Baada ya kumeza vidonge viwili unapaswa kusubiri kwa
masaa manne au sita kabla ya kumeza vidonge vingine
viwili

Overall, do not take more than eight tablets in one day (i.e.
twenty four hours)   =
Kwa jumla, usimeze zaidi ya vidonge nane kwa siku moja
(yaani masaa ishirini na manne)

Pregnant women can take paracetamol at the adult dose=
Wajamzito wanaweza kumeza paracetamol kwa kipimo cha
watu wazima

You should tell your doctor about your pains before taking
your medicine   =
Ni muhimu kumjulisha daktari kuhusu maumivu yako kabla
ya kuanza kutumia dawa yako

Children can take paracetamol but it is important that they
are given the right dose for their age   =
Watoto wanaweza kutumia paracetamol lakini ni lazima
wapewe kwa kiasi maluum kulingana na umri wao

Do not give children the tablets for adults   =
Usiwape watoto vidonge vya watu wazima

Children are usually given liquid paracetamol   =
Watoto hupewa paracetamol ya maji

If you have taken a larger dose of medicine than advised
you must seek advice at once from your doctor or go
straight to hospital   =
Kama umemeza kiasi kikubwa cha dawa kuliko
ilivyoelekezwa ni lazima kuomba ushauri mara moja kwa
daktari wako au kwenda hospitali mara moja

Paracetamol is contained in the following medicines… =
Paracetamol imo katika madawa yafuatayo…

Paracetamol is available under a various names   =
Paracetamol inapatikana kwa majina mengi

If you are going to take an additional medicine with
paracetamol, it is very important that there is no
paracetamol in those other medicines   =
Kama utachukua dawa nyingine pamoja na paracetamol, ni
muhimu sana kuwa hamna paracetamol katika hizo dawa
nyingine

The instructions on the bottle show what medicine
is inside   =
Maelezo kwenye chupa ya dawa yanaonesha ni dawa gani
ndani
Maelezo kwenye chupa ya dawa yanaonesha ni dawa gani
iliyomo

Remember: It is essential that all medicines be kept in a
place that children cannot get at. For example, they should
be placed somewhere high inside a lockable box   =

Kumbuka: madawa yote lazima yatunzwe mahali ambako
watoto hawawezi kuyafikia. Kwa mfano yawekwe sehemu
ya juu sana ndani ya sanduku linalofungwa kwa kufuli

Advice on the correct use of paracetamol   =
Maelezo ya matumizi sahihi ya dawa ya paracetamol

With your food   =   Pamoja na chakula chako

With a drink   =   Pamoja na kinywaji

Two times per day =   Mara mbili kwa siku

Those medicines are not available   =
Madawa yale yanakosekana
Madawa yale hayapatikani

Keep taking (swallowing) your medicines   =
Endelea kumeza dawa zako

This medicine is not very strong   =
Dawa hii sio kali sana

It has stopped working (Lit. "its strength has finished") =
Nguvu yake imeisha

Travel History

Abroad	=	Ng'ambo
Coast	=	Pwani
Cold (temp)	=	Baridi
Continent	=	Bara
Hot	=	Joto
		Moto
Mountain	=	Mlima (Milima)
Outside	=	Nje
		Nje ya...
Recently	=	Hivi karibuni
When?	=	Lini?
Where?	=	Wapi?
Which countries?	=	Nchi gani?
Which month?	=	Mwezi gani?
Which part?	=	Sehemu gani?
		Upande gani?
Which year?	=	Mwaka gani?

How long is it since you last went to Africa? =
Hujakwenda Afrika muda gani?

Were you ill whilst you were overseas? =
Je, kule ng'ambo ulikuwa unaumwa?

Have you travelled overseas? = Je, umesafiri ng'ambo?

Cells and Parasites

Bedbug	=	Kunguni
Cell	=	Chembechembe Seli
Hookworm	=	Safura (See also Worms below)
Jigger flea	=	Funza (Mafunza)
Louse	=	Chawa
Microbe	=	Kijidudu (Vijidudu) Kiini (Viini)
Tapeworm	=	Tegu
Tick	=	Kupe
Virus	=	Virusi
Worms	=	Mchango (Michango) Mnyoo (Minyoo)

Parts of the Body

Abdomen	=	Tumbo
Adam's apple	=	Kikoromeo
Ankle	=	Kifundo cha mguu
		Kiwiko cha mguu
Anus	=	Mkundu
Appendix	=	Kidoletumbu
Arm/hand	=	Mkono (Mikono)
Armpit	=	Kwapa (Makwapa)
Artery	=	Mshipa wa damu
		(Mishipa ya damu)
Back	=	Mgongo (Migongo)
Bile	=	Nyongo
Bladder	=	Kibofu (Vibofu)
Body	=	Mwili (Miili)
Brain	=	Ubongo (Bongo)
Breast	=	Ziwa (Maziwa)
		Titi (Matiti)
Buttock	=	Tako (Matako)
Calf of leg	=	Shavu la mguu
Cervix	=	Mlango wa uzazi
Chest	=	Kifua (Vifua)
Chin	=	Kidevu
Clitoris	=	Kisimi
		Kinembe
Diaphragm	=	Kiwambo
Ear	=	Sikio (Masikio)

Elbow	=	Kifundo cha mkono
		Kiko cha mkono
Eye	=	Jicho (Macho)
Face	=	Uso (Nyuso)
		Sura
Fallopian tube	=	Njia ya mayai
Fetus	=	Mimba
Finger	=	Kidole (Vidole)
Finger, ring	=	Kidole cha pete
Fist	=	Gumi
Flesh/meat	=	Nyama
Forehead	=	Paji la uso
Gall bladder	=	Kibofu cha nyongo
Genital area	=	Uume (men)
		Uke (female)
		Sehemu ya siri ("private area")
Gland	=	Tezi (Matezi)
Groin	=	Nena (Manena)
		Kinena

Genitalia (male and female) =		Uchi
Hair (head)	=	Unywele (Nywele)
Hair (limbs)	=	Laika (Malaika)
Hair (pubic)	=	Vuzi (Mavuzi)
Hair (beard)	=	Udevu (Ndevu)
Head	=	Kichwa (Vichwa)
Heart	=	Moyo (Mioyo)
Hip	=	Nyonga (Unyonga)
		Kiuno (Viuno)
Immunity	=	Kingamwili
Intestine	=	Utumbo (Matumbo)

49

Joint	=	Kiungo (Viungo)
		Kifundo (Vifundo)
Kidney	=	Figo (Mafigo)
knee	=	Goti (Magoti)
Kneecap	=	Pia ya goti
Larynx	=	Koromeo (Makoromeo)
Leg	=	Mguu (Miguu)
Liver	=	Ini (Maini)
Lungs	=	Pafu (Mapafu)
Mouth	=	Mdomo (Midomo)
		Kinywa (Vinywa)
Muscle	=	Nyama
		Mnofu (Minofu)
		Musuli
Nail	=	Kucha (Makucha)
Neck	=	Shingo
Nerve	=	Mshipa wa fahamu
		(Mishipa ya fahamu)
Nipple	=	Chuchu
Nose	=	Pua
Nostril	=	Mwanzi wa pua
Oesophagus	=	Umio
Ovary	=	Kifuko cha mayai
		Mfuko wa mayai
Palate	=	Kaakaa
Palate, hard	=	Kaakaa gumu
Palate, soft	=	Kaakaa laini
Palm of hand	=	Kiganja
		Kiganja wa mkono
Pelvic bone	=	Fupanyonga
Penis	=	Mboo
		Uume
		Dhakari
		Jogoo (Lit. "cock")

Prepuce	=	Govi (Magovi)

Private parts (male and female)	=	Sehemu ya siri Uchi

Prostate gland	=	Tezi la shahawa
Rib	=	Ubavu (Mbavu)
Shoulder	=	Bega (Mabega)
Skin	=	Ngozi
Sole of foot	=	Unyayo (Nyayo)

Sperm	=	Maji ya uzazi Manii Shahawa

Spleen	=	Wengu
Stomach	=	Tumbo
Stump (of a limb)	=	Gutu (Magutu)
Tartar (on teeth)	=	Susa
Temple	=	Panja (Mapanja)
Tendon	=	Ukano

Testicle	=	Pumbu (Mapumbu) Korodani Kende (Makende) Kokwa (Lit. "nut" or "stone" of fruit) Mbegu (Lit. "seeds")

Thigh	=	Paja (Mapaja)

Throat	=	Koo Roho

Thumb	=	Kidole gumba
Tonsils	=	Tezi za koo

Toe	=	Kidole cha mguu (Vidole vya mguu)

Tongue	=	Ulimi (Ndimi)

Tonsil	=	Tezi la koo (Matezi ya koo)
Tooth	=	Jino (Meno)
Trachea	=	Umio la pumzi Mrija wa hewa
Umbilical cord	=	Chango la uzazi
Umbilicus	=	Kitovu (Vitovu)
Urethra	=	Kibomba cha kupitishia mkojo Bomba la mkojo Kibomba cha kukojoa
Uterus	=	Mfuko wa kizazi Mji wa uzazi Tumbo la uzazi
Uvula	=	Kidakatonge (Vidakatonge)
Vagina	=	Uke Kuma (very impolite)
Vertebral column	=	Mifupa ya uti wa mgongo
Voicebox	=	Koromeo
Wrist	=	Kiwiko cha mkono Kifundo cha mkono

Diseases and Common Illnesses

Acne	=	Kipele (Vipele)
Bilharzia	=	Kichocho
Anaemia	=	Upungufu wa damu
		Ukosefu wa damu
		Damu dhaifu
		Safura (if caused by Hookworm)
		(See also Pale, to be)
Asthma	=	Ugonjwa wa pumu
		Pumu
Athlete's foot	=	Nyungunyungu
Cancer	=	Kansa
		Saratani
Chicken pox	=	Tetekuwanga
		Tetewanga
		Tetemaji
Cholera	=	Kipindupindu
Common cold	=	Mafua
Diabetes	=	Ugonjwa wa sukari
		Sukari (Lit. "sugar")
		Kisukari

Dehydration = Ukosefu wa maji mwilini
Discharging nose, to be suffering from = Kuugua kamasi

Disease	=	Ugonjwa (Magonjwa)
		Maradhi

(Maradhi is normally used in this plural form)

Epilepsy	=	Kifafa

Fever	=	Homa
Gonorrhoea	=	Kisonono
Gland, swollen	=	Mtoki (Mitoki)

Heart attack   =   Shambulio la moyo
(Literal translation from English. Some patients may not be familiar with term. If necessary use "heart disease" below)

Heart disease   =   Ugonjwa wa moyo

Hookworm   =   Safura

(This is the syndrome caused by hookworms, more often than the actual worms themselves. Also see Anaemia and see Worms)

Hydrocoele   =   Mshipa wa maji
Mshipa wa ngiri
Busha

Jaundice   =   Manjano (Lit. "yellow")

Flu   =   Mafua
Jigger (Tunga penetrans)   =   Funza (Mafunza)
Leprosy   =   Ukoma
Louse   =   Chawa

Malaria   =   Malaria
Homa ya mbu
(Lit. "Mosquito fever")

Malnutrition   =   Utapiamlo

Marasmus   =   Chirwa

Measles   =   Surua
Ukambi

Meningitis   =   Uti wa mgongo

Mumps	=	Matubwitubwi
		Perema
Numbness	=	Ganzi
Pale, to be	=	Kupauka
Plague (Y. pestis)	=	Tauni
Pneumonia	=	Niumonya
Polio	=	Ugonjwa wa kupooza
		"Polio"
Rabies	=	Kichaa cha mbwa
Recurrent fever	=	Homa ya vipindi
Rheumatism	=	Yabisi baridi
Rhinitis	=	Mafua
Ringworm	=	Choa
		Punje (Lit. "grain of wheat")
		Shillingi
		Nyungunyungu (sore cracked feet)
		(See also chapter on Dermatology)
Scabies	=	Upele
Sleeping sickness	=	Malale
Smallpox	=	Ndui
Syphilis	=	Kaswende
Stroke	=	Kiharusi
Tapeworm	=	Tegu
Tetanus	=	Pepo punda
Tick	=	Papasi
		Kupe
Tick born fever	=	Homa ya papasi
Tinea	=	See Ringworm above and
		Chapter on Dermatology
Tuberculosis	=	Kifua kikuu

Typhoid	=	Homa ya matumbo
Ulcer	=	Kidonda (Vidonda)
Whooping cough	=	Kifaduro
Worm	=	Mchango (Michango)
		Mnyoo (Minyoo)
		Safura (hookworm)
Yaws	=	Buba (Mabuba)
Yellow fever	=	Homa ya njano

Body Fluids

Bile	=	Nyongo
Blood	=	Damu
Catarrh	=	Makamasi
Discharge (Eyes)	=	Utongo (Matongo)
Discharge (Vaginal)	=	Utoko
Discharge (General)	=	Utomvu
		(Lit: "sap" from a tree)
Discharge, a sticky	=	Utomvu unaonatanata
Fat	=	Mafuta
Odour, bad	=	Harufu mbaya
Pus	=	Usaha
Saliva	=	Mate
		Udelele
Semen	=	Shahawa
		Maji ya uzazi
		Manii
Sputum	=	Makohozi
Sweat	=	Jasho
Stools/faeces	=	Choo (Vyoo)
		Choo kikubwa
		Kinyesi (Vinyesi)
		Mavi (for animals)
Stools, watery	=	Marendarenda
Urine	=	Mkojo (Mikojo)

Blood

See also Genetic Disease

Anaemia	=	Upungufu wa damu
		Damu dhaifu
		Safura (especially when related to hook worm disease)

Banana   =   Ndizi
(useful for indicating shape of sickle cells)

Blood Pressure	=	"BP"
		"Presha"
		Shinkizo la damu
Blood disease	=	Ugonjwa wa damu
		Ugonjwa kwenye damu
Bleed, to	=	Kuvuja damu
Cell	=	Chembechembe
Circle	=	Mviringo (Miviringo)
		Duara
Clot, to	=	Kuganda
Clot	=	Bonge (Mabonge)
		Kipande cha damu iliyoganda
Donor	=	Mfadhili (Wafadhili)
Iron (Noun)	=	Chuma
Sickle	=	Mundu (Miundu)

Transfuse blood, to   =   Kubadilisha damu
Kuongeza damu
Kutia damu

You need a blood transfusion   =
Unahitaji kupewa damu

We will examine your blood   =
Tutachunguza damu yako

You must give her/him a lot of food to ensure that they
make more blood fast   =
Lazima umpe lishe nyingi kuhakikisha kuwa damu
inaongezeka kwa haraka

Accidents, Injuries and Wounds

See also Refugee Healthcare

Abscess	=	Jipu (Majipu)
Accident	=	Ajali
Blood	=	Damu
Bleed, to	=	Kutokwa damu
Boil	=	Jipu (Majipu)
Break, to	=	Kuvunja
Bruise (Noun)	=	Chubuko (Machubuko)
Bruise, to	=	Kuchubua
		Kubabua
Brutality	=	Ukatili
Bullet	=	Risasi (Lit. "lead")
Bullet wounds	=	Majeraha ya risasi
Burn, to	=	Kuchoma
		Kuunguza
Car Accident	=	Ajali ya gari
Crushed, to be	=	Kufyandika
Crush, to	=	Kufyanda
		Kuponda
		Kusaga
		Kufyata
Cut, to	=	Kukata
Cut	=	Mkato
Drown, to	=	Kufa maji
Fall	=	Kuanguka
Fight	=	Pigano (Mapigano)
Football, to play	=	Kucheza mpira
Fracture	=	Mvunjiko (Mivunjiko)
Graze	=	Mchubuko (Michubuko)
Graze, to	=	Kuchunua

Gun	=	Bunduki
Hit, to	=	Kupiga
Hit, to be by a car	=	Kugongwa na gari
Injure, to	=	Kujeruhi
Kick	=	Teke (Mateke)
Kick, to	=	Kupiga teke
Poison	=	Sumu
Prison	=	Gereza
Rape, to	=	Kubaka
		Kunajisi
Road	=	Barabara
		Njia
Road traffic accident	=	Ajali ya gari
Scratch	=	Mkwaruzo (Mikwaruzo)
Scratch, to	=	Kukuna
	=	Kujikuna (i.e. oneself)
		Kukwaruza
Sore (Noun)	=	Kidonda (Vidonda)
Sore, large	=	Donda (Madonda)

Strangle onself, to (i.e. to hang oneself) = Kujinyonga

Stumble, to	=	Kujikwaa
Swell, to	=	Kuvimba
		Kufura
Swelling	=	Uvimbe
		Uvimbaji
		Kivimbe
Thorn	=	Mwiba (Miiba)
Ulcer (big)	=	Donda (Madonda)
Ulcer (small)	=	Kidonda (Vidonda)
War	=	Vita
Wound	=	Jeraha (Majeraha)
		Donda (madonda)

How far did you fall =
Umeanguka kutoka urefu gani?

What have you been hit with   =
Umepigwa na kitu gani?

Does it smell bad?   =   Je, inanuka?
Je, kuna harufu mbaya?

This is just a superficial wound   =
Hili jeraha ni la juu tu

It is just a scratch   =   Ni mkwaruzo tu

This child knocked him/herself on her/his bed   =
Mtoto huyu alidondoka kwenye kitanda chake

Needlestick injury (i.e. to prick yourself with something
sharp like a needle that has already been used)   =
Jeraha la sindano (kujichoma na kitu chenye ncha kali
kama sindano ambayo imeishatumika)

S/he says that the wound is hurting alot =
Anadai kidonda kinamwuma sana

It is bleeding   =   Inatoka damu
Damu inatoka

AIDS and HIV

See also Infectious Disease

AIDS   =   UKIMWI

(n.b. Ukimwi stands for Ukosefu wa Kinga wa Mwili, literally "a lack of body defence". AIDS is also known as slim disease)

People who are living with AIDS   =
Watu wanaoishi na ukimwi

AIDS is caused by a virus called HIV   =
Ukimwi husababishwa na virusi viitavyo HIV

Someone with HIV can feel well (Lit. "someone with strength")   =
Mtu mwenye HIV anaweza kujisikia kuwa mwenye nguvu

Someone with HIV can live for a long time without showing signs of any disease   =
Mtu mwenye HIV anaweza kuishi kwa muda mrefu bila kuonesha dalili za magonjwa yoyote

The only way to tell if you do not have HIV is to have your blood tested   =
Njia ya pekee ya kuhakikisha kuwa huna HIV ni kupimwa damu

There is no way to tell the difference between someone with the IV virus and someone without it until a blood test is taken to look for the virus   =
Hakuna awezaye kueleza tofauti baina ya mtu mwenye virusi vya HIV na mwingine asiyekuwa navyo kabla ya kupimwa damu kutafuta virusi

HIV puts an end to the body's immunity   =
Ukimwi humaliza kinga mwilini

HIV cannot be spread through mosquito bites   =
HIV haviwezi kusambazwa kupitia kuumwa na mbu

The body cannot cope with even ordinary diseases   =
Mwili hauwezi kukabiliana na maradhi ya kawaida

A person is considered to have AIDS when they are found
to have the HIV virus in their body   =
Mtu husemekana kuwa na Ukimwi wakati anapogunduliwa
kuwa na virusi vya HIV mwilini mwake

In the past a treatment was not available   =
Siku za nyuma ugonjwa huu ulikuwa hauna tiba

Treatment is now available =   Siku hizi tiba ipo

Forms of Physical Disability

Albino person	=	Zeruzeru
		Zeru
Blind person	=	Kipofu (Vipofu)
Deaf person	=	Kiziwi (Viziwi)
Deaf mute person	=	Bubu kiziwi
Deformity (person with)	=	Kilema (Vilema)
Disabled person	=	Mlemavu (Walemavu)
Lame person	=	Kiwete (Viwete)
		Kiguru (Viguru)
		(Kiguru can be impolite)
Limp, to	=	Kuchechemea
		Kuenda chopi
Lisp (Noun)	=	Kithembe
Mute person	=	Bubu (Mabubu)
Paralyse, to	=	Kupooza
Stammer (Noun)	=	Kigugumizi
Stump (of limb)	=	Gutu (Magutu)
Stunted, to be	=	Kuvia

Is there anything that this problem stops you doing with your hand?   =
Je, kuna kitu au jambo unaloshindwa kufanya kwa kutumia mkono wako kwa sababu ya tatizo hili?

Cardiovascular System

Breathless, to be	=	Kutweta
Giddiness	=	Kizunguzungu
Heartbeat	=	Pigo la moyo (Mapigo ya moyo)
Palpitations	=	Mpapatiko wa moyo
Faint, to	=	Kuzimia

Heart attack   =   "Shambulio la moyo"
(Lit. "heart attack", not widely known. If necessary use "Heart disease" below)

Heart disease	=	Ugonjwa wa moyo
Blood pressure	=	"Pressure"
		"BP"
		Shinikizo la damu

Pale, to be	=	Kupauka
You look anaemic	=	Unaonekana umepauka

Have you become pale?   =   Je, umepauka?

You are anaemic   =   Huna damu

I have heart palpitations =
Moyo wangu unapiga sana
Moyo wangu unapigapiga

His/her problem is the heart=   Tatizo lake ni la moyo

The pulse is regular   =
Upigaji wa moyo ni wa kawaida

The pulse is irregular   =
Upigaji wa moyo si wa kawaida

Dermatology

Acne	=	Chunusi
Albino person	=	Zeruzeru
Annoyance	=	Kero
		Udhi
Bacterial infections	=	
	Maambukizo ya vijidudu vya bekteria	

Baldness	=	Upara
Blister	=	Lengelenge (Malengelenge)
Blister, to	=	Kutokeza malengelenge
Blotch	=	Doa (Madoa)
Blotched skin	=	Ngozi ya madoadoa
Bruise	=	Chubuko
Bruise oneself, to	=	Kujichubua
Dampness/moisture	=	Unyevu

Dermatological disorders   =   Magonjwa ya ngozi

Dandruff	=	Mba
		Yabisi (Lit. "dry")
		Ukudi

Eczema	=	Ukurutu
Gland, swollen	=	Mtoki (Mitoki)

Heat rash	=	Harara
Herpes zoster	=	Malengelenge (blisters)
		Mkanda wa jeshi
		(Lit. "army belt")
Impetigo	=	Kiguma
Irritate, to	=	Kukera
Itch	=	Uwasho (Mwasho)
Itch, to	=	Kuwasha
Ichthyosis	=	Ngozi ya magamba
Leprosy	=	Ukoma

Leper	=	Mwenye ukoma
Lump	=	Uvimbe
Mark, on skin	=	Alama
		Bato (Mabato)
		Kovu (Lit. "scar")

Pimples	=	Upele (Pele)
		Chunusi

Pityriasis rosea	=	Vipele vya waridi

Psoriasis	=	Magamba yanayopukutika
		(Lit. "scales which come off as flakes")

Peel, (of skin) to	=	Kupujua
Rash	=	Uwati
Rash (pimply)	=	Ukurutu

Ringworm	=	Choa
		Punye (Mapunye)
		(Lit. "grain of wheat")
		Shilingi
		Bato (Mabato) (Lit. a "mark")
		See also Tinea below

Rub, to	=	Kusugua
Scabies (Sarcoptes)	=	Upele
Scales (as on a fish)	=	Magamba

Scratch, to	=	Kukuna
	=	Kujikuna (i.e. oneself)
		Kukwaruza
Scar	=	Kovu (Makovu)
Self limiting rashes	=	Vipele vya mpito
Swell up, to	=	Kuvimba
		Kufura
		Kututuma

Tinea capitis	=	Mapunye ya kichwani
(See also Ringworm)		Shilingi za kichwani
		Bato (Mabato) (Lit. a "mark")

Tinea corporis   =   Mapunye ya mwilini
(See also Ringworm)   Shilingi za mwilini

Tinea pedis   =   Nyungunyungu (Implies cracked
(See also Ringworm)   skin on feet)

Warts   =   Vioteo vya ngozi
Yaws   =   Buba (Mabuba)

This mark does not come off =   Alama hii haiondoki

The following sentences are for patients with leprosy:

Use bags or thick cloths to remove cooking pots after
having reduced (the amount) of firewood   =
Tumia mifuko au vitambaa vinene kuipua sufuria au chungu
baada ya kupunguza kuni

Soak your feet every day and apply the oil whilst they are
still wet   =
Loweka miguu yako kila siku na paka mafuta ingali na
majimaji

Ear, Nose and Throat

Blow one's nose, to =   Kupenga

Dizziness   =   Kizunguzungu
                             Kisunzi
                             Kisuli
                             Kisulisuli

Giddiness   =   Kizunguzungu
Hear   =   Kusikia

Inhale steam, to   =   Kujifukiza na mvuke

Lightheaded, to feel =   Kuelea (Lit. "to be floating")

Listen   =   Kusikiliza

Nausea   =   Kichefuchefu
                             Kigagazi

Nauseated, to be   =   Kuchefuka
Sneeze, to   =   Kupiga chafya
Snot   =   Kamasi (Makamasi)
Snore, to   =   Kukoroma
Steam   =   Mvuke
Swallow, to   =   Kumeza
Tinnitus   =   Kuvuma sikioni
Yawn   =   Mwayo (Miayo)
Yawn, to   =   Kuenda miayo

Open your mouth wide =   Fungua mdomo wako
                             Tanua kinywa

A "rush" of blood to the head   =
Mkimbio wa damu kichwani

Are you able to hear normally (or has your hearing got worse)?   =
Una uwezo wa kawaida wa kusikia sauti sawasawa (au uwezo wako wa kusikia umepungua)?"

Are you able to smell normally (has your sense of smell got worse)?   =
Je, una uwezo wa kawaida kusikia harufu (au uwezo wako wa kusikia harufu umepungua)?

Do you have any discharge coming out of your ears? =
Je, masikio yako yanatoa usaha?

I have been overwhelmed with dizziness   =
Nimezidiwa na kizunguzungu

(n.b. there are no vizunguzungu!)

Endocrine System

Adult	=	Mtu mzima (Watu wazima)
Deficiency	=	Upungufu Ukosefu
Diabetes	=	Ugonjwa wa kisukari
Gland	=	Tezi (Matezi)
Grow, to	=	Kukua
Iodine	=	Iodini Dawa la joto
Lick, to	=	Kuramba Kulamba
Puberty	=	Ubalehe
Stunted, to be	=	Kuvia
Sweat	=	Jasho

Gastro-intestinal System

Belch, to	=	Kucheua
Black (colour)	=	Rangi ya nyeusi
Brown	=	Rangi ya kahawia
		Rangi ya udongo
		Hudhurungi
Burp, to	=	Kupiga mbweu
		Kuteuka
Chew, to	=	Kutafuna
Colour	=	Rangi
Constipate, to	=	Kuzuia choo
Constipation	=	Kufunga choo
Defaecate, to	=	Kuenda choo
		Kuenda choo kikubwa
		Kuenda haja kubwa
Diarrhoea	=	Kuhara
		Kuharisha
Dyspepsia	=	Kiungulia
Faeces	=	Choo
		Mavi (normally for animals)
		Kinyesi (Unyesi)
Flatulance	=	Shuzi (Mashuzi)
		Gasi ya tumboni
Laxative	=	Dawa ya kuharisha
Nausea	=	Kichefuchefu
Nauseated, to feel	=	Kuchefuka

Stools, watery	=	Marendarenda
Toilet paper	=	Karatasi ya chooni
Vomit (Noun)	=	Tapiko (Matapiko)
Vomit, to	=	Kutapika
Wind, to pass rectally	=	Kujamba
		Kushuta

What is the diarrhoea like? =
Unaharisha nini?

Are you passing blood in the diarrhoea? =
Je, unahara damu?

Is there blood mixed in with the stools? =
Kuna damu kwenye choo?

On the toilet paper? =
Kwenye makaratasi ya chooni?

Is s/he eating well? = Je, anakula vizuri?

How many times a day you go to the toilet? =
Kwa siku unaweza kuenda choo mara ngapi?

I have only eaten a little = Nimekula kidogo tu
Nimekulakula tu

Do you have cramping pains, like someone with diarrhoea?
Je, una maumivu ya kukata tumbo, kama mtu
anayeharisha?

My tummy is not right = Tumbo langu limechafuka

S/he often gets abdominal problems =
Anapata sana matatizo ya tumbo

A lot of gas is coming up = Gasi nyingi inapanda

Genetic Disease

Affect, to   =   Kuathiri

Blame, to   =   Kulaumu

Cause, to   =   Kusababisha

Cell   =   Chembechembe

Chance   =   Bahati (Lit. "luck")
                     Kwa bahati (Lit. "by chance")
                     Nasibu

Conceal, to   =   Kuficha
                     Kusitiri

Defect   =   Dosari
                     Kosa (Makosa)
                     Kasoro

Difference   =   Tofauti
                     Hitilafu

Effect   =   Athari

Genetic   =   Kinasaba
                     Jenetiki

Give, to   =   Kupa

Hide, to   =   See Conceal, to

Inherit, to   =   Kurithi

Meet, to	=	Kukuta
		Kukutana
		Kukumba (Lit. "to collide")
		Kukumbana (Lit. "to collide with each other")

Rare	=	Nadra

Resemble, to	=	Kufanana
		Kulanda
		Kulandana

Reveal, to	=	Kufunua
		Kudhihirisha

Silence	=	Kimya

Some of	=	Baadhi ya

Source (origin)	=	Asili
		Chanzo (Vyanzo)
		Chimbuko (Machimbuko)

Spread, to	=	Kuenea
		Kusambaa

Suspect, to	=	Kushuku
		Kutuhumu

Suspected, to be	=	Kushukiwa
		Kutuhumiwa

Theoretically	=	Kinadharia

While (period of time)	=	Kipindi (Vipindi)
		Kitambo

Without	=	Bila
		Pasipo

This is a genetic disease. It is caused by an error in the code used to build the body =
Ugonjwa huu ni wa kinasaba (jenetiki). Unasababishwa na kasoro au hitilafu kwenye baadhi ya vinasaba vinavyotumika kujenga mwili

The disease is spread only from parents to their child =
Ugonjwa huu unasambaa kwa mtoto kuurithi toka kwa wazazi wake

This disease has two forms: the first normally has serious problems compared with the second type =
Ugonjwa huu unajitokeza kwa aina mbili. Aina ya kwanza huwa madhara makubwa kulinganisha na aina ya pili

The parent can have the mild form and not know that they have the error inside their body. But they can pass the error to their child =
Katika aina ambayo haina madhara makubwa sana, mzazi anaweza kuwa na kinasaba chenye hitilafu mwilini mwake bila kujijua. Lakini kinasaba chenye hitilafu kinaweza kurithiwa na mtoto

For a child to get the disease he must get the faulty form from his/her mother and his/her father =
Ili mtoto aweze kuugua, lazima apate kinasaba chenye hitilafu kutoka kwa mama yake na baba yake

The probability of this happening is as follows =
Uwezekano wa tatizo hili kutokea ni kama ifuatavyo

One quarter of the parents' children will get the bad form = :
Robo ya watoto wa wazazi wenye vinasaba vyenye hitilafu wana uwezekano mkubwa sana wa kupata aina ya ugonjwa huu yenye madhara makubwa

One half of their children will get the mild form   =
Nusu ya watoto wao wana uwezekano mkubwa wa kupata
aina ya ugonjwa huu ambayo haina madhara sana

One quarter of their children will not get the problem   =
Robo ya waoto wao hawatakuwa na shida yoyote
Robo ya watoto wao wasiambukizwe (a subjunctive form
used following a sentence such as the first one on this
page)

Genito-urinary System and Sexual Health

See also section on Bodily fluids

Brothel	=	Danguro (Madanguro)
Discharge (vaginal)	=	Utoko
Diuretic	=	Dawa ya kukojolesha
		Dawa ya kusaidia kupata mkojo
Erection, to have	=	Kusimika
Kiss (Noun)	=	Busu
Kiss, to	=	Kupiga busu
Prostitute	=	Malaya
Prostitution	=	Ukahaba
"Safe sex"	=	"Mapenzi salaama"
Sex, to have with…	=	Kuenda na…. (Lit. "to go with")
		Kufanya mapenzi na..
		Kujamiana na…
Urinate, to	=	Kukojoa
		Kuenda haja ndogo
		Kujisaidia (Lit. "to help oneself")
Urine	=	Mkojo (Mikojo)
Urinary system	=	Mfumo wa mkojo
Urethra/Ureter	=	Mrija wa kupitisha mkojo
		(Mirija ya kupitisha mkojo)
		(Mrija is literally a hollow tube)
		Njia ya mkojo

Is your urine discoloured or any particular colour or clear?=
Je, mkojo wako una uchafu au rangi yoyote au ni mweupe?
(Here mweupe (white) is used to indicate clear)

Is your urine discolored? (Lit. "dirty")   =
Mkojo wako ni mchafu?

Do you currently have a sexual partner?   =
Je, una mpenzi unayeshiriki naye tendo la ndoa kwa sasa?

When was the last time you had sex?   =
Ni lini ulifanya mapenzi kwa mara ya mwisho?

How many lovers have you had in the past month?   =
Tangu mwezi uliopita umekuwa na wapenzi wangapi?

How many female (male) sexual partners have you had in
the last 12 months?   =
Kwenye miezi kumi na miwili iliyopita ulikuwa na wanawake
(wanaume) wangapi?

Have you had any male sexual partners?   =
Je, umefanya mapenzi na wanaume?
Je, umewahi kujamiana na mwanaume?

Do you have pain in the testicles?   =
Unasikia mauvimu kwenye mapumbu?
Mapumbu yako yanauma?

What do you use for contraception?   =
Je, unatumia njia gani kuzuia uzazi?
Je, unatumia njia gani kuzuia mimba zisizotakikana?
Je, unatumia njia gani kwenye mpango wa uzazi?
Je, unatumia njia zipi za uzazi wa mpango?

Excuse me for asking such very personal questions   =
Samahani kwa kukuuliza maswali ambayo ni ya siri kwako

Does it hurt to pass urine?   =
Ukienda chooni kukojoa unasikia maumivu makali?

Do you have a discharge from the penis?   =
Uchafu unatoka sehemu ya siri?
Je, mboo inatokwa na uchafu?

Sexually transmitted diseases   =
Magonjwa ya zinaa
Maradhi yanayoambukizwa na zinaa
(Lit. "diseases of adultery")

Is your urine troubling you?   =
Je, mkojo unauma?
Mikojo inakusumbua?

When you pass urine do you feel as though you are
passing something?   =
Unapoenda kujisaidia haja ndogo kuna kitu kama kinapita?

Infectious Diseases

See also HIV and AIDS and Genetic Disease

AIDS   =   UKIMWI

(n.b. Ukimwi stands for Ukosefu wa Kinga wa Mwili, literally "a lack of body defence". AIDS is also known as "slim" disease)

Breakout, to	=	Kuzuka
Case	=	Kisa (Visa)
Catch (a disease), to	=	Kupatwa na …
Fever	=	Homa
Immunity	=	Kinga
Infect, to	=	Kuambukiza
Infection	=	Ambukizo (Maambukizo) Uambukizaji Ugonjwa wa kuambukiza
It has gone up	=	Imepanda Imeongezeka
It has gone down	=	Imeshuka Imetelemka Imepunguka
Poison	=	Sumu
Prevent	=	Kuzuia
Reproduce, to	=	Kuzaana (for example, for bacteria or viruses)
Resistant (Adj.)	=	Sugu
Share, to	=	Kushiriki Kushirikiana

Shiver (Noun)	=	Tetemeko
Shiver, to	=	Kutetemeka
		(Lit. "to shake")

Spread, to	=	Kuenea
		Kusambaa
Spread, to cause to	=	Kueneza

| Viral load | = | Kiasi cha virusi |
| | | Idadi ya virusi |

Lack	=	Ukosefu
		Upungufu
		Utovu

They will infect each other = Wataambukizana

It is not an infectious disease =
Huo sio ujonjwa wa kuambukiza

That person is not where your disease came from (Lit. "the source") =
Huyo siyo chanzo cha ugonjwa wako

Vaccination against tuberculosis =
Chanjo dhidi ya kifua kikuu

Does your body feel hot? =
Je, mwili wako unachemka?

Use a mosquito net that has been treated (with "medicine")
Tumia chandarua chenye dawa

The government has launched a campaign to tackle measles and polio =
Serikali imeanzisha kampeni ya kumpambana na ukambi na ugonjwa wa kupooza

Tanzania is alert and ready to tackle these diseases =
Tanzania iko macho kupambana na maradhi haya

Two thousand cases of malaria have been reported =
Visa elfu mbili vya malaria vimerepotiwa

Obstetrics and Gynaecology

Abort fetus, to	=	Kuharibu mimba
Afterbirth	=	Kondo la nyuma
Allowance, maternity	=	Marupurupu ya uzazi
Amenorrhea	=	Kutopata hedhi
		Ukosefu wa hedhi

Baby = Mtoto mchanga (Watoto wachanga)

Birth	=	Uzazi
Birth, to give	=	Kuzaa
		Kujifungua
Born, to be	=	Kuzaliwa
Bottle	=	Chupa
Breast feed, to	=	Kunyonyesha
		Kumpa kifua
Clot	=	Bonge (Mabonge)
Conceive, to	=	Kutunga mimba
Contraceptive pills	=	Vidonge vya majira
		Vidonge vya kuzuia uzazi
Contractions	=	Uchungu
		Bano (Mabano)
Cycle	=	Mzunguko
Deliver, to	=	Kuzalisha
Discharge (vaginal)	=	Utoko
Fertilise, to	=	Kutungisha mimba

Ectopic pregnancy = Mimba Iliyo nje ya mji wa uzazi
Mimba ya mfuko wa mayai

Embryo	=	Kiinitete (Viinitete)
Fetus	=	Mimba
First born	=	Kifungua mimba
Gestation period	=	Wakati wa uja uzito
Infant	=	Mtoto mchanga (Watoto wachanga)
Last born	=	Kitinda mimba
Menopause	=	Kukatika hedhi
Menstrual cycle	=	Mzunguko wa hedhi

Menstrual period	=	Hedhi
		Damu
		Damu ya mwezi

Menstrual period, to have =		Kuona mwezi
		Kuona hedhi
		Kuona damu ya mwezi

Menstruating, to begin = Kuvunja ungo

Midwife	=	Mkunga (Wakunga)
		Mzalishaji (Wazilishaji)

Midwifery	=	Ukunga
Milk	=	Maziwa
Milk, mother's	=	Maziwa ya mama
Milk, cow's	=	Maziwa ya ng'ombe
Miscarry, to	=	Kuharibu mimba

Nausea	=	Kichefuchefu
		Kigagazi

Nauseated, to become =		Kuchefuka
Pregnancy	=	Ujauzito
Pregnant women	=	Mjamzito (Wajamzito)
Push, to	=	Kusukuma
Sanitary towel	=	Pedi
		Kibinda (Vibinda)

(These two words above may be awkward for males to use)

Suck, to	=	Kufyonza
Twin	=	Pacha (Mapacha)
Waters, to break	=	Kuvunja maji
		Kuvunja chupa

This pregnancy formed outside the uterus and when it
ruptured she bled a lot in the abdomen   =
Mimba hii ilitunga nje ya mji wa uzazi na ilipopasua akavuja
damu nyingi tumboni

Did you have any problems at the time of giving birth? =
Wakati wa kujifungua ulipata shida?

When was your last period?   =
Lini ulipata hedhi kwa mara ya mwisho?

Is the baby moving?   =   Je, mtoto anacheza?

A medicine to bring on your labourpains   =
Dawa ya kusudi upate uchungu

She has gone beyond her estimated date of delivery =
Amepita siku zake (Lit. "passed her days")
Amechelewa kuzaa (Lit. "she is late to give birth")

She has given birth safely =   Amejifungua salaama

Many congratulations!   =   Hongera sana!

We are expecting our second child in September   =
Tunatarajia kupata mtoto wa pili mwezi wa tisa

How many times have you given birth?   =
Je, umezaa mara ngapi?
How many children do you have?   =
Je, una watoto wangapi?

The uterus during pregnancy may be indicated by the
phrase "mahali pa mtoto" (Lit. "the place of the child").

Contraception

Coil = Tambi ya kuzuia uzazi
Kitanzi (Vitanzi) (Lit. "Loop")

Condom = Kondomu
Mpira (wa kujamiana)
(plural of "mpira wa..." is "mipira ya...")

Contraceptive pill = Kidonge cha majira
Kidonge cha kuzuia mimba
(plural is vidonge vya majira)

Depot contraceptive injection =
Sindano ya kuzuia mimba

Lust = Uchu
Hamu (Lit. "Desire")

Thread = Uzi (Nyuzi)

What do you use for contraception? =
Je, unatumia njia gani kuzuia mimba?
Je, unatumia njia gani kuzuia mimba zisizotakikana?
Je, unatumia njia gani kwenye mpango wa uzazi?
Je, unatumia njia zipi za uzazi wa mpango?

When was your last period? =
Lini ulipata hedhi kwa mara ya mwisho?

This injection can cause bleeding between your normal
periods =
Sindano hili linaweza kusababisha upate hedhi bila
mpangilio, tofauti na siku zako za kawaida, katika kipindi
cha mzunguko wako wa kupata hedhi.

Every month you must check that the threads are there
inside =
Kila mwezi lazima ukague kuwa nyuzi zimo

Infertility

Conceive, to	=	Kutunga mimba Kupata ujauzito
Fail to conceive, to	=	Kushindwa kutunga mimba Kushindwa kupata ujauzito
Fertilise, to	=	Kutungisha mimba
Infertility	=	Ugumba
Infertile woman	=	Mwanamke mgumba
Ovulate, to	=	See below

Kutengeneza yai (ambalo likikutana na mbegu za kiume, mwanamke hutunga mimba)
Lit. "to make an egg (which if it meets sperm, the woman will usually fall pregnant)"

Kuwa kwenye siku za kupata ujauzito
Lit. "to be on the days when it is possible to fall pregnant"

Someone who cannot conceive =
Mtu ambaye hawezi kuzaa kwa sababu hawezi kutunga mimba

Her fetuses perish whilst they are still small =
Mimba zake zinaharibika zikiwa changa sana

Sterilise, to	=	Kufunga kizazi

Musculoskeletal System

Bone	=	Mfupa (Mifupa)
Bowlegs	=	Matege

Cramps	=	Uchungu
		Mabano

Maumivu yanayojirudiarudia kila baada ya muda mfupi
(Lit. "Pains that keep coming after a short interval")

Disability	=	Ulemavu
Exercises	=	Mazoezi
Gout	=	Yabisi baridi
Fatigue	=	Uchovu
Fracture	=	Mvunjiko (Mivunjiko)
Joint	=	Kiungo (Viungo)
Lameness	=	Uchopi
Lift up, to	=	Kuinua
Ligament	=	Kano
Loose, to be	=	Kulegea
Loosen, to	=	Kulegeza
Massage, to	=	Kuchua
		Kukanda
Muscle	=	Museli
		Nyama
Pinch, to	=	Kuminya
Plaster of Paris	=	Plasta
Rub, to	=	Kusugua
Stand up, to	=	Kusimama
Step (walking)	=	Hatua
Stoop, to	=	Kuinama
Straighten legs, to	=	Kunyosha miguu
		Kukunjua miguu
Squeeze, to	=	Kubana
Tread, to	=	Kukanyaga
Weakness	=	Udhaifu

Weak, to be   =   Kutepetea
Weak (Adj.)   =   Tepetevu
The bone is eroded   =   Mfupa umeliwa

Your foot is hurting you because of the shoes you are
wearing   =
Miguu yako inakuuma kwa sababu ya viatu unavyotumia.

Please use shoes with a thick rubber sole in order to
reduce the damage each time you step =
Tafadhali tumia viatu vyenye soli nene ya mpira ili
kupunguza madhara kwa kila hatua

Is your foot hurting? =   Mguu wako unauma?

My feet are hurting =   Ninaumwa miguu

What kind of movements of your arm makes this pain
worse?   =
Je, ni mzunguko upi wa mkono unakufanya usikie maumivu
zaidi?

Do not carry heavy loads   =   Usibebe mizigo mizito

I cannot lie on this side =
Upande huu siwezi kulalia

Do not sleep on this side =   Usilalie upande huu

When you bend down to pick something heavy you must
bend your knees and not your back   =
Unapoinama kuokota kitu kizito inabidi ukunje magoti na
sio mgongo

My knee makes a cracking sound   =
Goti langu linadata

Neurological System

Atrophy, to	=	Kuvia
Conscious person	=	Mwenye fahamu
Consciousness	=	Fahamu
Consciousness, to gain	=	Kupata fahamu
Consciousness, to lose	=	Kupoteza fahamu
Disregard, to	=	Kupuuza
Dizziness/vertigo	=	Kizunguzungu
		Kisunzi
		Kisuli
		Kisulisuli
Epilepsy	=	Kifafa
Fit (Noun)	=	Degedege
Fit, to	=	Kushtuka
Headache	=	Maumivu ya kichwa
Numb, to become	=	Kufa ganzi
Numbness	=	Ganzi
Numbness, to feel	=	Kusikia ganzi
Paralysis	=	Kupooza
Pressure	=	Shinikizo
Nerve	=	Mshipa wa fahamu
		(Mishipa ya fahamu)
Stroke	=	Kiharusi
Stroke patient	=	Mwenye kiharusi
		(Wenye kiharusi)

(Lit. "person/people having stroke")

Tremor	=	Tetemeko
		Mtikisiko
Do you have a headache?	=	Kichwa kinakuuma?

Do you normally notice anything before you fall?   =
Dalili huwa unaziona kabla ya kuanguka?

Has s/he had another fit?   =
Amepata kushtuka tena?

Do not tense your legs   =   Usikaze miguu

Do you have a numbness in your legs?   =
Unasikia miguu inakufa ganzi?

Put your arms together   =
Weka usawa mikono yako

If I push, resist me   =   Nikianza kusukuma, nizuie

If I bend your leg, resist me =   Nikikunja mguu, nikataze

Tell me if I am touching part of you   =
Utaniambia kama ninakugusa sehemu

Can you feel something touching you?   =
Unahisi kitu kinakugusa?

Squeeze your fingers tight   =
Bana vidole vyako kwa nguvu

Do it yourself   =   Fanya mwenyewe

Tell me if I have put (your finger or toe) up or down   =
Utaniambia kama nimepeleka kidole juu au chini

You have moved this finger (toe) down   =
Hiki kidole umepeleka chini

Did s/he bite his tongue   -   Je, alitafuna ulimi?
                                        Alikuwa anajitafuna ulimi?

Are you able to smell normally (or has your sense of smell got worse)? =
Je, una uwezo wa kawaida kusikia harufu (au uwezo wako wa kusikia harufu umepungua)?

Ophthalmology

Blindness	=	Upofu
Blindness, to cause	=	Kupofusha
Blind person	=	Kipofu (Vipofu)
Blink, to	=	Kupepesa
Cataract	=	Mtoto wa jicho
Discharge (from eyes)	=	Utongo (Matongo)
Dry (Adj.)	=	Kavu
Dust	=	Uvumbi (Mavumbi)
Fly (Insect)	=	Nzi
Glasses (spectacles)	=	Miwani
Lens of glasses	=	Kioo (Vioo)
Optician	=	Daktari wa kutoa miwani
		Fundi wa miwani
		Mtengenezaji wa miwani
		(Lit. "spectacle maker")

Rub eyes, to	=	Kufikicha macho
Squint (Noun)	=	Kengeza (Makengeza)
Squint, to	=	Kukengeza

Squint, someone with a squint = Mwenye makengeza
(Wenye makengeza)

Tear	=	Chozi (Machozi)
Shut your eyes	=	Funga macho yako

My eyes are dry = Macho yangu yamekauka

Can you see well? =
Je, unaweza kuona vizuri?

I cannot see very well = Siwezi kuona vyema

I just see a little   =   Ninaona kidogo tu

How many fingers can you see? =
                               Je, unaona vidole vingapi

Lots of tears are coming out   =
                               Machozi mengi yanatoka

Look upwards   =   Inua macho yako

Do your eyes sting (like there is chilli)   =
Je, macho yako yanawasha kama kuna pilipili?

Is there grit?   =   Je, kuna mchanga?

Do your eyes feel sticky? =
Je, macho yako yananatanata?
Je, unajisikia macho yako yananatanata?

 Do your eyes feel gritty?   =
Je, unajisikia kama macho yako yana mchanga?
Je macho yako yanakuwa kama yana mchanga?

Do you see flashing lights in your eyes (like lightening)?
Je, macho yako yanaona mwanga mkali unaokuja na
kutoweka (kama mwanga wa radi)?

(Nb. The term squint used in this section should be taken to
mean strabismus)

Paediatrics

Baby	=	Mtoto mchanga (Watoto wachanga)
Boy	=	Mvulana (Wavulana)
Bottle	=	Chupa
Bottle feed, to	=	Kulisha kwa chupa
Breast feed, to	=	Kunyonyesha Kumpa kifua
Child	=	Mtoto (Watoto)
Childhood	=	Utoto
Crawl, to	=	Kutambaa
Cry, to	=	Kulia
Development, of child	=	Maendeleo ya mtoto
Famine	=	Njaa (Lit. "hunger")
Girl	=	Msichana (Wasichana)
Grow, to	=	Kuwa
Malnutrition	=	Utapiamlo Nyongea Chirwa
Mischievious (Adj.)	=	Mtundu (Watundu)
Nappy	=	Kibinda
Nipple (of breast and bottle)	=	Chuchu Nyonyo
Parenthood	=	Uzazi
Play, to	=	Kucheza
Porridge (used for replacing breast milk)	=	Uji
Posset, to	=	Kucheua (Lit. "to belch")

Refuse, to	=	Kukataa
		Kususa

Vaccinate, to	=	Kuchanja
Vaccination	=	Chanjo la kinga
Walk, to	=	Kutembea
Whimper, to	=	Kulialia
Young person	=	Kijana (Vijana)

Pick your child up = Inua mtoto wako

S/he is refusing food	=	Anakataa chakula
		Anasusa chakula

Where did s/he grow up? = Alikulia wapi?

Is s/he growing well? = Je, anakuwa vizuri?

Is his/her weight going up? =
Je, uzito wake unaongezeka?

Lack of food = Ukosefu wa chakula

How old is s/he = Je, ana umri gani?

Lift him/her up! = Mwinue!

S/he has been deprived of food =
Amenyimwa chakula

One saying says "kuzaa sio kazi, kazi ni kulea" meaning that the hard work is not the giving birth, but in bringing up (the child).

It should be noted that in East Africa often mothers will often prefer to lay their babies face down. Babies may also share their mother's bed.

Psychiatry/Mental Health

Anger	=	Hasira
		Harara (hot temper; Lit. "a prickly heat rash")
Annoy	=	Kuudhi
Anxiety	=	Mahangaiko
		Dukuduku
		Wasiwasi
		Fadhaa
Disturbance	=	Usumbufu
Lethargy	=	Uchovu
		Utepetevu
		Unyonge (feeble)
Behaviour	=	Tabia
Bitterness	=	Uchungu
Confusion	=	Machafuko
		Wasiwasi
Dementia	=	Ugonjwa wa kusahau
		(Lit. "forgetting disease")
Disturb, to	=	Kusumbua
Disturbed, to be	=	Kusumbuka (na = with)
Doubt	=	Shaka
Fear	=	Hofu
Feeling (Noun)	=	Hisia
Feeling of comfort	=	Hisia ya faraja
Fool	=	Mzuzu (Wazuzu)
		Mpumbavu (Wapumbavu)
Forget, to	=	Kusahau

Forgetful person	=	Msahaulifu (Wasahaulifu)
Insanity	=	Kichaa
		Wazimu
Kill, to	=	Kuua
Kill oneself, to	=	Kujiua
Memory	=	Kumbukumbu
		Ukumbukaji
		Uwezo wa kukumbuka
Muddled, to be	=	Kuchanganyikiwa
Nightmare	=	Ndoto mbaya
Perplex, to	=	Kufadhaisha
Perplexed, to be	=	Kufadhaika
Psychiatrist	=	Mtaalamu wa magonjwa ya akili
Psychiatry	=	Utalamu wa magonjwa ya akili
Remember, to	=	Kukumbuka
Sleep	=	Usingizi
Sleep, to	=	Kulala
		Kulala usingizi
		Kusinzia
Sorrow	=	Huzuni
Idea	=	Wazo (Mawazo)
		Fikra
		Dhana
Wake, to	=	Kuamka
Waken, to	=	Kuamsha
Woken up, to be	=	Kuamshwa

Worry	=	Wasiwasi
		Usumbufu
		Hangaiko (Mahangaiko)

Worried, to	=	Kuhangaika
		Kufadhaika
		Kujisumbua

Worry, to cause = Kuhangaisha
Too many thoughts = Msongamano wa mawazo

Some times I feel confused =
Mara nyingine akili zinapotea

S/he is very angry = Amekasirika sana

How are you sleeping? = Unalalaje?

Have you (plural) had an argument? =
Je, mmegombana?

Have you (plural) had a fight? = Je, mmepigana

What did you fight over? = Je, mlipigania nini?
Kwa nini mmepigana?

I was very lonely = Nilikuwa mpweke sana

Can s/he remember things from the past? =
Je, anaweza kukumbuka mambo ya siku za nyuma?
Je, anaweza kukumbuka vitu vya siku za nyuma?

His memory is not good =
Uwezo wake kukumbuka si mzuri

S/he forgets a lot = Anasahau sana

How is your memory? = Vipi kumbukumbu yako?

Is s/he someone with a good memory   =
Je, ni mkumbufu?

Do you ever feel like hurting yourself?   =
Unajihisi kujiletea majiraha au kujiumiza?

Substance Addiction

Addict	=	Mtu mzoefu (Watu wazoefu)
Alcohol	=	Pombe
Beer	=	Pombe
		Bia

Cannabis	=	Bangi
Cigarettes	=	Sigara
Crave, to	=	Kutamani
Craving	=	Hamu
Drugs, recreational	=	Dawa za kulevya
Drunk, to be	=	Kulewa
Habit	=	Tabia
Inject, to	=	Kupiga sindano
Intoxication, to cause	=	Kulevya
Needle	=	Sindano
Opium	=	Afyuni
Pipe, for tobacco	=	Kiko (viko)
Poison	=	Sumu
Smoke cigarettes, to	=	Kuvuta sigara
Tobacco	=	Tumbako
Used to, to become	=	Kuzoea
Wine	=	Mvinyo

How much?	=	Kiasi gani?

How many bottles of beer do you drink a day? =
Huwa unakunywa chupa ngapi za pombe kwa siku moja

First you must give up drinking too heavily   =
Kwanza inabidi uache ulevi

First you must stop your habit of drinking alcohol   =
Kwanza lazima uache tabia ya kunywa pombe

Those drugs will muddle your thinking   =
Dawa zile zitapumbaza akili zako

"Amevaa miwani" is colloquial Swahili meaning s/he is drunk (Lit. "s/he has put on glasses").

People may refer to drinks by their product name. Brands of beer in East Africa include "Safari", "Kilimanjaro", "Tusker" etc. "Konyagi" is a Tanzanian alcoholic spirit.

Respiratory System

Breath (Noun)	=	Pumzi
Breath (to hold one's)	=	Kuzuia pumzi
Breath (to recover one's)	=	Kutanafusi
Breathe, to	=	Kuhema
		Kupumua
Breathe in, to	=	Kuvuta pumzi
Breathe out, to	=	Kutoa pumzi
Breathless, to be	=	Kutweta
		Kutwetatweta
Cough (Noun)	=	Kikohozi
Exhale, to	=	Kutoa pumzi
		Kushusha pumzi
Flu (coryzal symptoms)	=	Mafua
Green	=	Rangi ya kijani
Inhale	=	Kuvuta pumzi
Pant, to	=	Kuhema
		Kuhemahema
Snot (nasal discharge)	=	Kamasi (Makamasi)
Sputum	=	Kohozi (Makohozi)

S/he is foaming at the mouth   =   Anatoa povu

Have you ever suffered from asthma?   =
Je, umewahi kuumwa pumu?

I cannot breathe well   =
Siwezi kupumua vizuri

Are you coughing up blood?   =
Unakohoa damu?

What colour is your sputum?   =
Makohozi yako ni rangi gani?

Are you having difficulty breathing?   =
Je, una taabu kupumua?

Is your breathinging heavy ?   =
Je, unapumua kwa uzito?

You have caught a cold because you have been tired =
Uchovu umekuletea mafua

Surgical Terms

Anaesthetic	=	Dawa ya ganzi
Anaesthesia	=	Hali ya kutosikia maumivu
Burst, to	=	Kupasua
		Kulipua
Cauterize, to	=	Kuunguza
		Kuchoma (Lit. "to burn")
Circumcise, to	=	Kutahiri
Circumcised, to be	=	Kutahiriwa
Clean (Adj.)	=	Safi
Clean, to	=	Kusafisha
Consent (Noun)	=	Idhini
		Ruhusa
Cut, to	=	Kukata
Darkness	=	Giza
Dab clean, to	=	Kupangusa
Dry, to be	=	Kukauka
Dry, something, to	=	Kukausha
Fold, to	=	Kukunja
Forceps	=	Koleo
Give me	=	Nipe (impolite)
Gloves	=	Glavu
Handle	=	Mpini (Mipini)
Hernia	=	Ngiri
Instrument	=	Kifaa (Vifaa)
		Kitu (Visu) (Lit. "thing(s)")
Knife	=	Kisu (Visu)
Lamp	=	Taa
Lance, to	=	Kutumbua
Light (from a lamp)	=	Mwanga
Mark, to	=	Kutia alama
Operated upon, to be	=	Kupasuliwa
		Kufanyiwa operesheni
Penetrate, to	=	Kupenyeza

Preparation (getting ready)	=	Maandalizi
Prosthesis	=	Badala (Lit. "substitute")
Pull, to	=	Kuvuta
Push, to	=	Kusukuma
Razor	=	Wembe (Nyembe)
Remove, to	=	Kuondoa
		Kutoa
Replace, to	=	Kubadilisha
Scar	=	Kovu (Makovu)
Scissors	=	Makasi
Scrape, to	=	Kukomba
Sew, to	=	Kushona
Sharpness	=	Ukali
Shave, to	=	Kunyoa
Stem, to	=	Kuziba (Lit. "to block")
Sterilise, to	=	Kufunga kizazi
Strengthen, to	=	Kuimarisha
Stretch apart, to	=	Kutanua
Suture (Noun)	=	Mshono (Mishono)
Suture, to	=	See Sew, to
Surgeon	=	Mpasuaji (Wapasuaji)
Table	=	Meza
Tie, to	=	Kufunga
Thread	=	Uzi (Nyuzi)
Unblock, to	=	Kuzibua
Wick	=	Utambi (Tambi)

S/he has had an operation to save their life   =
Amefanyiwa upasuaji kuokoa maisha yake

S/he has bled a lot in their stomach   =
Amevuja damu nyingi tumboni

This knife is not sharp   =   Kisu hiki si kikali
You may need to be given blood   =
Inawezakana kuwa utahitaji kupewa damu

This equipment is for getting the medicine inside your body
Kifaa hiki kitapenyeza dawa mwilini mwako

Hold still so that it does not move!   =
Shikilia vizuri isitingishike!

Turn on the lamp   =   Washa taa

To lance a boil   =   Kutumbua jipu

S/he is still unwell because s/he is ill from a wound after having had an operation   =
Yeye ni mgonjwa kwani bado anaugua kidonda baada ya kufanyiwa upasuaji

Nursing Terms

Bath	=	Bafu
Bath, to take a	=	Kuoga
Bath someone, to	=	Kuogesha
Bed, to make	=	Kutandika kitanda
Clean, to	=	Kusafisha
Dressing	=	Dawa ya kubandika
		Kitambaa (Lit. "Cloth")
Floor	=	Sakafu
Nurse, to	=	Kuuguza
Nurse	=	Mwuguzi (Wauguzi)
Needs	=	Mahitaji
Pillow/Cushion	=	Mto (Mito)
Queue	=	Fuleni
Sheet	=	Shuka
Wait, to	=	Kusubiri
Wash clothes, to	=	Kufua
		Kuosha nguo
Wash hands, to	=	Kunawa mikono
Water, lukewarm	=	Maji vuguvugu

Are the nurses looking after you well?
Je, wauguzi wanakushughulikia vizuri?
Je, wauguzi wanakuangalia vizuri?
Je, wauguzi wanakutunza vizuri?

S/he looks after the medicines   =
Anashughulikia dawa

Dentistry

Brush teeth, to	=	Kupiga mswaki
Cavity	=	Tundu (Matundu)
Dentist	=	Daktari wa meno
Dribble, to	=	Kutoa udelele
Extract, to	=	Kung'oa
False tooth	=	Jino la bandia
		(Meno ya bandia)
Fill a tooth, to	=	Kuziba jino
		Kujaza jino
Gargle, to	=	Kusukutua
Gum	=	Ufizi wa meno
Melt, to	=	Kuyeyusha
Melted, to be	=	Kuyeyuka
Gap	=	Pengo (Mapengo)
Rinse, to	=	Kusuza
Saliva	=	Mate
Spit saliva, to	=	Kutema mate
Suck, to	=	Kufyonza
Swallow, to	=	Kumeza
Tartar	=	Susa
Tooth	=	Jino (Meno)
Toothbrush	=	Mswaki (Miswaki)
My mouth is dry	=	Mdomo wangu umekauka

Sores have broken out in her/his mouth =
Mdomo wake umebabuka

Examination

Clothes	=	Nguo
		Mavazi
Dress, to	=	Kuvaa (nguo)
Dress a child, to	=	Kuvalisha (mtoto)
Examine, to	=	Kupima
		Kutazama
		Kukagua
Exhale	=	Kushusha pumzi
Inhale	=	Kuvuta pumzi
Lie down, to	=	Kulala (may also imply to sleep)

Lie on one's back, to   =   Kulala chali

Lie on face down, to   =   Kulala kifudifudi

Lie on left/right side, to   =
Kulala upande wa kushoto/kulia

Press, to	=	Kubonyeza
Scar	=	Kovu (Makovu)
Signs, clinical	=	Dalili za ugonjwa
Squat, to	=	Kuchutama
Undress, to	=	Kuvua

Relax your tummy   =   Pumzisha tumbu lako
Legeza tumbo lako

Lie here on your back   =   Lala hapo chale

I would like to examine your stomach now   =
Nikutazame tumbo lako sasa

It is best that you should be examined again tomorrow=
Afadhali upimwe tena kesho

I want to listen to your heart   =
Nataka kusikiliza mapigo ya moyo wako

I want to listen to your lungs   =
Nataka kusikiliza mapafu yako

Investigations, Tests and Diagnosis

Bad news	=	Habari mbaya
Break fast, to	=	Kufungua
Diagnose, to	=	Kuchunguza ugonjwa
		Kutafuta ugonjwa
		Kutambua maradhi
Fast, to	=	Kufunga
Good news	=	Habari nzuri
Investigate, to	=	Kudadisi
Laboratory test	=	Uchunguzi wa maabara
Level	=	Kiwango (Viwango)
Level, normal	=	Kiwango cha kawaida
Negative	=	Haikuonesha kitu
		(Lit. "it did not show anything")
Positive	=	Imeonesha kitu
		(Lit. "it has shown something")
Plan	=	Mpango (Mipango)
Plan, to	=	Kupanga
Question	=	Swali (Maswali)
Result	=	Tokeo (Matokeo)
		Jibu (Majibu)
Scan	=	Picha ya mwili
		(Lit. "body picture")
Test (Noun)	=	Kipimo (Vipimo)
		Uchunguzi

Test, to = Kuchunguza
Kupima

Verify, to = Kuhakikisha

Xray, to take = Kupiga picha ya xray

Do not eat anything for ten hours before the blood test =
Usile kitu kwa masaa kumi na mawili kabla ya kuchukuliwa
damu

You are allowed to drink water or tea (without milk or sugar)
Unaruhusiwa kunywa maji au chai (bila maziwa wala
sukari)

You need to have chest xray =
Inabidi upigwe picha kifuani

The results are normally available after one day =
Matokeo hupatikana baada ya siku moja

I have not yet got your results =
Sijapata matokeo yako

It is now clear that your disease is … =
Sasa imebainika kuwa ugonjwa wako ni…

You are suffering from what the experts call "diabetes
insipidus" =
Umepatwa na kile kinachoitwa kitaalamu "diabetes
insipidus"

Treatment

Admit to hospital, to	=	Kulaza hospitalini
Advice	=	Ushauri
Advise, to	=	Kushauri
Answer	=	Jibu (Majibu)
Avoid, to	=	Kuepuka
Apply, to	=	Kutia
		Kupaka
Care	=	Utunzaji
Carefully	=	Taratibu
Calm	=	Utulivu
		Shwari
		Amani (Lit. "peace")
Calm, to	=	Kutuliza
Curable, to be	=	Kuponyeka
Don't do...	=	Usifanye (Lit. "do not do")
Discharge from hospital, to	=	
		Kuruhusu (Lit. "to permit")
Evaluate, to	=	Kutathmini
Heal, to	=	Kuponya
		Kuponyesha
Health	=	Afya
Intensify, to	=	Kupamba moto
Leave, from work	=	Likizo
		Livu
Leave, convalescent	=	Likizo za afueni

Optimize, to	=	Kuboresha
Plan (Noun)	=	Mpango (Mipango)
Plan, to	=	Kupanga
Put up with, to	=	Kustahimili
Patient, to be	=	Kuvumilia
Recover, to	=	Kupona

Rub, to	=	Kusugua
		Kuchua

Spoon	=	Kijiko (Vijiko)
Sympathy, to feel for	=	Kuonea huruma

Suffering	=	Mateso (Lit. "tortures")
		Maumivu
		Tabu

Suffice, to	=	Kutosha
		Kutosheleza

Suspect, to	=	Kutuhumu
		Kushuku

Treatment	=	Tiba
		Matibabu
		Dawa (Lit. "medicine")

Treat, to	=	Kutibu
		Kuagua
		Kuganga

Trial	=	Jaribio (Majaribio)

Try, to	=	Kujaribu
Warn, to	=	Kuonya

Treat with traditional medicines, to =
Kugangua (This includes to set someone free from a charm)

This is not an easy disease to treat   =
Huu ni ugonjwa usiotibika kirahisi

This disease is absolutely incurable   =
Ugonjwa huu hauponyeki kabisa

Malara is becoming a resistant disease =
Malaria imekuwa ugonjwa sugu

It will ward off disease   =   Itasukumiza maradhi

Give him/her my condolences   =   Rambirambi zake

This is just the first phase =
Hii ni awamu ya kwanza tu

S/he has already recovered   =   Amekwishapona

Please come back to get the results of your test in one
week   =
Tafadhali njoo baada ya wiki moja uchukue majibu ya
vipimo vyako

Reassurance and Advice

Advice	=	Shauri
Advise, to	=	Kushauri
Better	=	Afadhali
Caution	=	Uangalifu
Comfort	=	Faraja
		Raha
		Starehe
Decide	=	Kukata shauri
		Kuamua
Faith	=	Imani
God willing	=	Mungu akipenda
		Inshallah
Hope	=	Tumaini
Order	=	Amri
Prefer, to	=	Kupendelea
Reflect, to	=	Kutafakari
Serious/grave	=	Mahututi
Warn, to	=	Kuonya
Warning	=	Onyo
Be careful	=	Chukua tahadhari

His state is not good (Lit. "not pleasing") =
Hali yake haifurahishi

I can see that you are worried about this problem, but I am
sure that this is not a a serious illness   =
Ninaona tatizo hili linakupa hofu, hata hivyo nina uhakika
kuwa sio dalili ya ugonjwa mbaya zaidi

It is your choice	=	Hiari ni yako
		Chaguo ni lako
If I have your agreement	=	Nikiwa na ridhaa yako
		Kama nina kibali chako
It is a sign of tiredness	=	Ni dalili ya uchovu
There is still hope	=	Tumaini bado lipo

It can just happen (without a reason why)   =
Inaweza kutokea tu (bila ya sababu)

It is becoming harder to cope   =
Nashindwa kuvumilia
Inazidi kuelemea

Do not be afraid	=	Usiogope
Do not despair	=	Usikate tamaa

After you left my room, something came to my mind   =
Baada ya wewe kuondoka chumbani kwangu, nilijiwa na
wazo

You have turned the corner!   =
Mlima umepanda, sasa unashuka!
(Lit. "you have climbed the mountain and you are now
descending!". Very colloquial)

It will not harm you/It does not matter   =   Haidhuru

After suffering there is comfort   =
Baada ya dhiki, faraja (This sentence is a Swahili saying)

I am sure that...	=	Nina hakika kwamba...
		Nina hakika kuwa...
		Sina shaka kuwa...

You will get used to it   =   Utazoea tu

You have got away by the skin of your teeth!   =
Umeponea chupuchupu!

I warn you not to do that   =   Nakuonya usifanye hiyo

Death

Bereaved, to be	=	Kufiwa
Burial	=	Mazishi
		Maziko
Coffin	=	Jeneza (Majeneza)
Comfort another person, to	=	Kufariji
Corpse	=	Maiti
Dead person	=	Mfu (Wafu)
		(See also Late, below)
Death	=	Kifo
Die, to	=	Kufa
		Kufariki
		Kufariki dunia
		Kuaga dunia
		Kukata roho
Forty day mourning period	=	Arobaini
Funeral	=	Msiba (Misiba)
Grief	=	Huzuni
Grieve	=	Ona huzuni
Heir	=	Mrithi (Warithi)
Help	=	Msaada
Hope	=	Tumaini (Matumaini)
Hope, to	=	Kutumaini
Kill, to	=	Kuua
Kill oneself, to	=	Kujiua
Late, the (deceased person) Mr...	=	
		Hayati Bwana...
		Marehemu Bwana....
Mourn, to	=	Kuomboleza
Mortuary	=	Chumba cha maiti

Pass away, to	=	Kufariki
		Kufariki dunia
Three day mourning period	=	Matanga
Tomb	=	Kaburi (Makaburi)

My comiserations to you   =
Rambirambi zako

I have the great sorrow of losing my younger sibling   =
Nina huzuni kubwa ya kufiwa na mdogo wangu

The death of your sister really saddened us   =
Kifo cha dada yako kilituhuzunisha sana

S/he has passed away   =   Amefariki dunia

I am currently in the period of mourning   =
Niko kwenye kipindi cha maombolezo

I will send his body to our village for the burial   =
Nitaisafirisha mwili wake kwenda kijijini kwetu kwa mazishi

Tutazika tarehe...   =
We will bury (him/her) on the date...

We are reflecting upon the loss of our mother   =
Tunatafakari hasara yetu kwa kuondokewa na mama

The phrase "kuchungulia kaburi" may be heard, meaning to be close to dying (Lit. "to be close to the grave").

Chaperones, Confidentiality, Consent and Decision Making

Agree, to	=	Kukubali
		Kuafiki
Choice	=	Hiari
		Chaguo
Confide in secret	=	Kuambia kwa siri
Conceal, to	=	Kuficha
		Kusitiri
Consent	=	Idhini
		Kibali
		Ridhaa
Decision	=	Uamuzi
Final decision	=	Uamuzi wa mwisho
Friend	=	Rafiki (Marafiki)
Hide	=	See Conceal, to
Lie (Noun)	=	Uwongo
Lie, to	=	Kusema uwongo
Next of kin	=	Ndugu wa karibu
		Jamaa wa karibu
		(Lit. "close relative")
Permission	=	Ruhusa
Permit, to	=	Kuidhinisha
		Kuruhusu
Personal (Adj.)	=	Ya kibinafsi
Relative	=	Ndugu
Regret	=	Juto (Majuto)
Secret	=	Siri
Self	=	Binafsi
Sign, to	=	Kusahihi
		Kusaini
Signature	=	Sahihi
Share, to	=	Kushiriki
		Kushirikiana
Trustworthy person	=	Mwaminifu (Waaminifu)

Trust someone, to = Kuamini

Truth = Kweli
Ukweli

Would you like to nominate a person to make decisions on your behalf in case you are seriously ill and cannot speak for yourself? =
Je ungependa kuchagua mtu wa kukufanyia maamuzi ikiwa utakuwa mgonjwa sana na kushindwa kuongea mwenyewe?
Je, ungependa kuchagua mtu wa kufanya maamuzi kwa niaba yako kama itatokea ukawa mgonjwa sana na kushindwa kuongea mwenyewe?

How would you like us to inform your relatives about your illnesses? =
Je, unaonaje tukiwaarifu ndugu zako juu ya magonjwa yako?

Is there anything that you would not like us to tell them?=
Je, kuna chochote ambacho hutaki tuwafahamishe?

In order to avoid problems, it is necessary that a nurse be present whilst he examines the patient =
Daktari kujiepusha na matatizo, inabidi mwuguzi awepo wakati anapotazama mgonjwa

Do you trust him/her? = Je, unamwamini?

Are we in agreement? = Je, tunakubaliana?

Refugee Healthcare

Army	=	Jeshi (Majeshi)
Border	=	Mpaka (Mipaka)
Calamity	=	Baa
		Balaa
		Maafa (Plural)
Chase away, to	=	Kufukuza
		Kukimbiza
Conflict (Noun)	=	Mvutano (Mivutano)
		Mgogoro (Migogoro)
Detain, to	=	Kutia nguvuni
Enemy	=	Adui
Escape, to	=	Kutoroka
Escort, to	=	Kusindikiza
Fighting	=	Mapigano
Flee, to	=	Kukimbia (Lit. "to run")
Government	=	Serikali
Gun	=	Bunduki
Hate (Noun)	=	Chuki
Hate, to	=	Kuchukia
Law(s)	=	Sheria
Move away, to	=	Kuhama
Move towards, to	=	Kuhamia
Oppression	=	Dhuluma
Peace	=	Amani
Prison	=	Gereza
		Jela
		Nguvuni (Detention)
Prisoner	=	Mfungwa (Wafungwa)
Punishment	=	Adhabu
Rape, to	=	Kubaka
		Kunajisi

Refugee	=	Mkimbizi (Wakimbizi)
Red Cross	=	Msalaba mwekundu
Scare, to	=	Kutisha
		Kuogofya
Tent	=	Hema
Terrorist	=	Gadi (Magaidi)
Torture, to	=	Kutesa
United Nations	=	Umoja wa Taifa
Violence	=	Mabavu
		Kwa mabavu
War	=	Vita
Weapon(s)	=	Silaha

They just wanted to punish us   =
Walitaka kutuadhibu tu

I have received refugee status   =
Nimepata sheria (Lit. "law")
Nimepata makaratasi (Lit. "papers")

In this way I reached the border and then crossed   =
Hivyo nimefika mpakani halafu nikavuka

Here there is no peace   =   Hapa hakuna amani

Little by little we feel we are dying physically, morally and
psychologically   =
Tunahisi tunakufa polepole kiafya, kitabia na kiakili

(Literally "we feel that we are dying in terms of our health,
the way we behave and our minds")

Traditional Treatments

Incision from traditional treatment =   Chale

Razor blade   =   Wembe (Nyembe)

Traditional healer   =   Mganga wa kienyeji (Waganga)

Traditional Medicines   =   Madawa ya kienyeji
                                     Madawa miti shamba

Diagnose/treat within traditional medicine, to   =
Kutibu na dawa za kienyeji
Kugangua
Kuagua

Did someone cut you with a razor here? =
Hapa mtu ametia wembe?

Has s/he been given poison?   =
Je, amelishwa sumu?

Human Health and Animals

Animal	=	Mnyama (Wanyama)
Ants	=	Siafu
		Chungu
		Sungusungu
Bee	=	Nyuki
Bite, to	=	Kuuma
Bitten, to be	=	Kuumwa
Cat	=	Paka
Chicken	=	Kuku
Cockroach	=	Mende
Cow	=	Ng'ombe
Crocodile	=	Mamba
Dog	=	Mbwa (plural is Mbwa)
Elephant	=	Tembo
		Ndovu
Fish	=	Samaki
Fly/Flies	=	Inzi
Hippopotamus	=	Kiboko (Viboko)
Insect	=	Mdudu (Wadudu)
Millipede/Centipede	=	Jongoo (Majongoo)
Mosquito	=	Mbu (plural is Mbu)
Pig	=	Nguruwe
Poison	=	Sumu
Python	=	Chatu
Rinderpest	=	Sotoka
Scorpion	=	Ng'e
Sheep	=	Kondoo
Snake	=	Nyoka
Spider	=	Buibui
Sting (Noun)	=	Mwiba (Miiba)
Sting, to	=	Kuchoma
		Kuuma

I have been bitten by a dog   =
Nimeumwa na mbwa

I have been stung by a bee   =
Nimeumwa na nyuki

What animals do you keep at home?   =
Nyumbani unafuga wanyama gani?

This snake is not poisonous   =
Nyoka huyu hana sumu

Medicine for killing insects   =
Dawa ya kuua wadudu

Food, Weight and Health

Appetite	=	Kutamani chakula
		Hamu ya kula
		Njaa (Lit. "hunger")
Boil, to	=	Kuchemsha
Boiled, to be	=	Kuchemka
Bread	=	Mkate (Mikate)
Candy	=	See sweets
Casava	=	Muhogo
Cereal	=	Nafaka
Coffee	=	Kahawa
Crave, to	=	Kutamani
Craving	=	Hamu
Drink, to	=	Kuunywa
Fat (Noun)	=	Mafuta
Fast, to	=	Kufunga
Feed, to	=	Kulisha
Food	=	Chakula
Food, good	=	Chakula kizuri
		Chakula bora
Food, bad	=	Chakula kibaya
Fruit	=	Tunda (Matunda)
Fry, to	=	Kukaanga
Groundnuts	=	Karanga
Honey	=	Asali
Hunger	=	Njaa
Iron	=	Chuma
Knife	=	Kisu (Visu)
Loaf, of sliced bread	=	Bofolo
Maize	=	Hindi (Mahindi)
Mango	=	Embe (Maembe)
Meal	=	Mlo (Milo)
Nutrition	=	Lishe
Oil, cooking	=	Mafuta ya kupikia
Potato	=	Kiazi (Viazi)
Potato, sweet	=	Kiazi kitamu (Viazi vitamu)

Rice	=	Mchele (before cooking)
		Wali (after being cooked)
Salt	=	Chumvi
Slim, to	=	Kukondesha
Slim (Adj.)	=	Mwembamba
Slimming drug	=	Dawa ya kukondesha
Sorghum	=	Mtama
Spoon	=	Kijiko (Vijiko)
Stone, cooking	=	Figa (Mafiga)
Sugar	=	Sukari
Sugarcane	=	Miwa
Sweet (Adj.)	=	Tamu
Sweets	=	Pelemende
		Pipi
Taste, to	=	Kuonja
Taste (Noun)	=	Ladha
Tea	=	Chai
Tea, black	=	Chai ya rangi
Tomato	=	Nyanya
Vegetables	=	Mboga
Vitamins	=	Vitamini
		Madini (Lit. "minerals")
Water	=	Maji
Water, drinking	=	Maji ya kunywa
Weight, average	=	Uzito wa wastani
Weight, body	=	Uzito wa mwili
Weight, normal	=	Uzito wa kawaida
Weight, to cause to lose	=	Kukondesha
		Kupunguza uzito
Weight, to lose	=	Kukonda
Weight, to put on	=	Kunenepa
		Kuongezeka uzito
		Kutanuka

Can you taste your food properly?   =
Unaweza kuonja vizuri chakula?

You have no choice but to reduce the amount of sugar you eat =
Huna bidi kupunguza kiasi cha sukari unachokula

When did you last eat? =
Hujakula sasa muda gani?

Stop drinking fizzy drinks! = Acha kunywa soda!
("Soda" are fizzy soft drinks including cocacola and pepsi)

Without sugar = Bila sukari

Food is scarce here = Hapa chakula ni adimu

Don't eat raw fruit = Usile matunda mabichi

This water is dirty = Maji haya yamechafuka

Try to avoid anything made with milk =
Jaribu kujiepusha na chochote kilichotengenezwa na maziwa

Just give her/him a bit = Mpe kiasi tu

Has your weight gone down? =
Uzito wako umepunguka?

Food (and other things) forbidden under Islam are called "haramu" (Adj.). Those permitted are "halali".

It should be noted that during the holy month of Ramadan, Muslims fast during daylight hours. People may be excused from fasting on medical grounds. Often the advice of a doctor will be sufficient, but it can be useful in addition to recommend that the patient consult their Imam. Patients who do not fast for medical reasons may instead pay "fidia". This is a compensatory offering typically given to someone needy, usually consisting of a day's food or the equivalent in cash.

Mealtimes

Breakfast	=	Chakula cha asubuhi
Lunch	=	Chakula cha mchana
Dinner	=	Chakula cha usiku

Numbers

Number	=	Namba
		Nambari
Zero	=	Sufuri
One	=	Moja
Two	=	Mbili
Three	=	Tatu
Four	=	Nne
Five	=	Tano
Six	=	Sita
Seven	=	Saba
Eight	=	Nane
Nine	=	Tisa
		Kenda
Ten	=	Kumi
Eleven	=	Kumi na moja
Twelve	=	Kumi na mbili
Twenty	=	Ishirini
Thirty	=	Thelathini
Forty	=	Arobaini
Fifty	=	Hamsini
Sixty	=	Sitini
Seventy	=	Sabini
Eighty	=	Themanini
Ninety	=	Tisini
Hundred	=	Mia
Five hundred	=	Mia tano
Thousand	=	Elfu
Hundred thousand	=	Laki

Numbers greater than "Laki", are usually directly derived from English, often with an "i" added at the end, e.g. "billioni".

Some Swahili speakers (e.g. from Eastern Congo) do not use the numbers twenty, thirty, forty etc to ninety. They may use French or count in units of ten: twenty may therefore become "makumi mbili".

First   =   Ya kwanza

(It should be noted that "Ya" changes according to noun class. Therefore it would be "wa" for living creatures)

Second   =   Ya pili
Third   =   Ya tatu
Last   =   Ya mwisho
First patient   =   Mgonjwa wa kwanza
Second patient   =   Mgonjwa wa pili
First chair   =   Kiti cha kwanza
Last door   =   Mlango wa mwisho

Languages

Arabic language	=	Kiarabu
English language	=	Kiingereza
		Kizungu

(Kizungu literally means "European" and therefore may also refer to other languages)

French language	=	Kifaransa
German language	=	Kijerumani
Swahili language	=	Kiswahili
Tribal language	=	Kikabila

Do you speak English? = Je, unasema Kiingereza?
Je, unaongea Kiingereza?

I only speak a little Swahili =
Ninasema Kiingereza kidogo tu

I am learning Swahili = Ninajifunza Kiswahili

I want to learn Swahili =
Ninataka kujifunza Kiswahili

I would like to learn Swahili=
Ningependa kujifunza Kiswahili

I would like you to correct my Swahili pronunciation =
Ninaomba usahihishe matamshi yangu ya Kiswahili

Please correct my Swahili =
Ninaomba usahihishe Kiswahili changu

Occupations

What is your job = Unafanya kazi gani?

(In Rwanda the term "unatumika wapi?" may be heard, meaning what or where is your job)

I am a farmer	=	Mimi ni mkulima
Barber	=	Kinyozi (Vinyozi)
Businessman	=	Mfanyabiashara (Wafanyabiashara)
Chiropodist	=	Mtalaamu wa miguu (Watalamu wa miguu)
Dentist	=	Daktari wa meno
Doctor	=	Daktari (Madaktari) Mganga (Waganga)
Doctor in Charge	=	Daktari mkuu (Madaktari wakuu)
Expert	=	Mtalaamu (Watalaamu) Bingwa (Mabingwa) Stadi (Adj.)
Farmer	=	Mkulima (Wakulima)
Fisherman	=	Mvuvi (Wavuvi)
Guard	=	Mlinzi (Walinzi) Askari (also means soldier)
Helper	=	Msaidizi (Wasaidizi)
Herder	=	Mfugaji (Wafugaji) Mchungaji (Wachungaji)

Judge	=	Hakimu (Mahakimu)
		Kadhi (Islamic judge)
Labourer	=	Kibarua (Vibarua)
Lawyer	=	Mwanasheria (Wanasheria)
		Wakili (Mawakili)
Local Person	=	Mwenyeji (Wenyeji)
Midwife	=	Mkunga (Wakunga)
		Mzalishaji (Wazalishaji)
Nurse	=	Mwuguzi (Wauguzi)
		Nasi
Paediatrician	=	Daktari wa watoto
Patient	=	Mgonjwa (Wagonjwa)

Person with responsibility for something =
Mhusika (Wahusika)

Physiotherapist	=	Daktari wa mazoezi
		Daktari fiziotibu
Priest/Pastor	=	Padre
		Mchungaji (Wachungaji)
		Katekisti (Makatekisti)
Sailor	=	Baharia (Mabaharia)
Shop keeper	=	Mwenye duka (Wenye duka)
Specialist	=	Mtalaamu (Watalaamu)
		Bingwa (Mabingwa)
Surgeon	=	Mpasuaji (Wapasuaji)

| Teacher | = | Mwalimu (Walimu) |
| Technician | = | Fundi (Mafundi) |

| Traditional healer | = | Mganga wa kienyeji (Waganga) |

| Veterinarian | = | Mganga wa wanyama |
| | | Daktari wa wanyama |

| Worker | = | Mfanyakazi (Wafanyakazi) |

Family Relations

Aunt (paternal)	=	Shangazi
Brother	=	Kaka
Brother in law	=	Shemeji
Divorce (Noun)	=	Talaka
Divorce, to	=	Kutaliki
Father	=	Baba
Fiance(e)	=	Mchumba (Wachumba)
Grandchild	=	Mjukuu (Wajukuu)
Grandfather	=	Babu
Grandmother	=	Bibi
		Nyanya (nyanya also means tomato)
Lover	=	Mpenzi (Wapenzi)
Mother	=	Mama
Orphan	=	Yatima
Parent	=	Mzazi (Wazazi)
Relative	=	Ndugu
		Jamaa
Sister	=	Dada
Sister-in-law	=	Wifi
Son	=	Mwana (Wana)
Stepfather	=	Baba wa kambo
Stepmother	=	Mama wa kambo
Step child	=	Mtoto wa kambo
Widow	=	Mjane (Wajane)
Wife	=	Mke (Wake)
		Bibi

Someone older (especially. a sibling) is often referred to as "mkubwa wangu" and someone younger as "mdogo wangu" regardless of their physical size.

Bibi is normally used to mean Grandmother but is sometimes used to mean wife.

For a man to marry a woman the verb in Swahili is "kuoa". For a woman to be married is "kuolewa" (which is the passive form of the verb). To marry each other is "kuoana".

Money

In East Africa it is common for healthcare to incur a financial cost. The currency in Kenya, Tanzania and Uganda is the Shilling.

Black market	=	Magendo
Bribe	=	Hongo
		Rushwa
Bribe, to demand a	=	Kula rushwa
Bribe, to offer	=	Kutoa rushwa
		Kulisha rushwa
Change (money)	=	Chenji
Cheap	=	Rahisi
		Bei ndogo
Cheque (for payment)	=	Hundi
Coin	=	Sarafu
Count, to	=	Kuhesabu
Expensive	=	Ghali
		Bei kubwa
Fee	=	Ada
		Gharama
Money	=	Pesa
		Hela (Tanzania)
		Fedha
		Faranga (Rwanda)
Pay, to	=	Kulipa
Pay for, to	=	Kulipia
Payment	=	Malipo

Private = Binafsi
Receipt = Stakabadhi
Salary = Mshahara (Mishahara)
Swindle, to = Kupunja
Kutapeli

Swindling = Utapeli

You will have to pay = Itabidi ulipe

The price is 2000 shillings =
Bei ni shillingi elfu mbili

How much do I owe you? = Unanidai ngapi?

This treatment is free of charge =
Matibabu haya ni bure

Do not waste your money = Usifuje pesa zako

I want to check the hospital accounts =
Nataka kukagua hesabu za hospitali

Time

After	=	Baada ya
Day before yesterday	=	Juzi
Day after Tomorrow	=	Kesho kutwa
Early	=	Mapema
Emergency	=	Dharura
Forever	=	Daima
		Ya kudumu
Later	=	Baadaye
Minute	=	Dakika
Month	=	Mwezi (Miezi)
Never	=	Abadan
Now	=	Sasa hivi
Often	=	Mara nyingi
Rarely	=	Mara chache
Recently	=	Juzijuzi
		Hivi karibuni
Since (a point in time)	=	Tangu
Sometimes	=	Mara kwa mara
Soon	=	Karibu
Today	=	Leo
Suddenly	=	Ghafula
Tomorrow	=	Kesho
Usually	=	Kama kawaida
		Huwa
		Aghalabu
Week	=	Wiki
		Juma (Majuma)
Year	=	Mwaka (Miaka)
Yesterday	=	Jana

Patients may use the word "kitambo" to mean a short while ago. The word "punde" means an "instant" or short time and "punde si punde" is translated as "in a jiffy".

Days of the Week

Monday	=	Jumatatu
Tuesday	=	Jumanne
Wednesday	=	Jumatano
Thursday	=	Alhamis
Friday	=	Ijumaa
Saturday	=	Jumamosi
Sunday	=	Jumapili

Hours of the Day

The African day begins with dawn. The first hour after dawn is therefore the first hour of the day. As such seven o'clock in the morning is "saa moja" (one o'clock).

African time	=	Saa za kiafrika
What is the time?	=	Sasa ni saa ngapi?
Western time	=	Saa za kizungu
Watch (wrist)	=	Saa
Time	=	Saa
Hour	=	Saa (Masaa)
Sun	=	Jua
Midnight	=	Saa sita usiku
1am	=	Saa saba usiku
2am	=	Saa nane usiku
3am	=	Saa tisa usiku
4am	=	Saa kumi usiku
5am	=	Saa kumi na moja asubuhi
6am	=	Saa kumi na moja asubuhi
7am	=	Saa moja asubuhi
8am	=	Saa mbili asubuhi
9am	=	Saa tatu asubuhi
10am	=	Saa nne asubuhi
11am	=	Saa tano asubuhi
12 am	=	Saa sita mchana
1pm	=	Saa saba mchana

2pm	=	Saa nane mchana
3pm	=	Saa tisa mchana
4pm	=	Saa kumi jioni
5pm	=	Saa kumi na moja jioni
6pm	=	Saa kumi na mbili jioni
7pm	=	Saa moja usiku
8pm	=	Saa mbili usiku
9pm	=	Saa tatu usiku
10pm	=	Saa nne usiku
11pm	=	Saa tano usiku

Two hours ago	=	Masaa mawili yaliyopita
In the middle of the night	=	Usiku wa manane

Muslim Prayer Times

The following times can also be useful for indicating when to take medicines and for appointments.

Alfajiri	=	Dawn
Adhuhuri	=	Midday
Alasiri	=	Afternoon
Magharibi	=	Sunset
Isha	=	About eight pm

During times of illness, the frequency of praying may be reduced if instructed by an Imam or at the request of a doctor.

Bibliography of Swahili Dictionaries and Grammars

The following Kiswahili dictionaries and grammars have proved invaluable in verifying the terms and phrases used in this book.

Anon (1992). A standard Swahili-English Dictionary under the direction of the late Frederick Johnson. Oxford university press, Nairobi.

Anon (1992). A standard English-Swahili Dictionary under the direction of the late Frederick Johnson. Oxford university press, Nairobi.

Anon (2001). Kamusi ya Kiswahili-Kiingereza Swahili-English Dictionary. Taasisi ya Uchunguzi wa Kiswahili, University of Dar es Salaam, Dar es Salaam.

Hedley White, T (1979). A short *English-Swahili* Medical Dictionary. Churchill Livingstone, Edinburgh.

Hollingsworth, L.W. and Alawi, Yahy (1984). Advanced Swahili exercises. Nelson East Africa, Nairobi.

Kamusi Living Swahili Dictionary
http://www.yale.edu/swahili

Malaika, B. (1999). The friendly modern Swahili modern English dictionary, Kase stores, Arusha, Tanzania.

Perrott, D.V. (1965). Swahili Dictionary. Hodder & Stoughton, London

Perrott, D.V. (1964). Teach yourself Swahili. The English Universities Press, London. Modern version published 1996 by J. Russell.

Safari, J.F. (1992). Swahili made easy. Tanzania Publishing House, Dar es Salaam.

Snoxall, R.A. and Mshindo, H.B. (2002). A Concise English-Swahili dictionary, Oxford University Press, Oxford.

Wilson, P.M. (1992) English Swahili classified vocabulary. Kenya Literature Bureau, Nairobi.

Wilson, P.M. (1992). Simplified Swahili. Longman, Harlow, England.

Notes

p.s. a free copy to the first person who can identify the correct location of the photo on the front cover….

The road to where beginning with C!

Lightning Source UK Ltd.
Milton Keynes UK
30 March 2011

170105UK00002B/92/A